कसं प्राप्त कराल
ईश्वराचं मार्गदर्शन

बेस्टसेलर पुस्तक 'विचार नियम'चे रचनाकार सरश्री यांची अन्य श्रेष्ठ पुस्तकं

आध्यात्मिक विकास साधण्यासाठी या पुस्तकांचा लाभ घ्यावा

- जीवनाची दोन टोकं - ध्यान आणि धन
- रामायण वनवास रहस्य
- संत ज्ञानेश्वर - समाधी रहस्य आणि जीवन चरित्र
- अंतर्मनाच्या शक्तीपलीकडील आत्मबळ
- ध्यान नियम - आध्यात्मिक उन्नतीचा दिव्यमार्ग
- मृत्यू उपरांत जीवन - मृत्यू मोका की धोका
- क्षमेची जादू - क्षमेचं सामर्थ्य जाणा, सर्व दुःखांपासून मुक्त व्हा
- प्रेम नियम - प्लॅस्टिक प्रेमातून मुक्ती
- धर्मयोग - स्वभाव हाच धर्म

स्वविकासासाठी या पुस्तकांचा लाभ घ्यावा

- विचार नियम - आपल्या यशाचे रहस्य
- विकास नियम - आत्मसंतुष्टीचं रहस्य
- परिवारासाठी विचार नियम - हॅपी फॅमिलीचे सात सूत्र
- आळसावर मात - उत्साही जीवनाची सुरुवात
- स्वसंवाद एक जादू - आपला रिमोट कंट्रोल कसा प्राप्त करावा
- आत्मविश्वास आणि आत्मबळ - यशाचं शिखर गाठणारे पंख
- साहसी जीवन कसं जगाल - अशक्य कार्य शक्य कसं कराल
- समग्र लोकव्यवहार - मैत्री आणि नातं निभावण्याची कला
- अपयशावर मात - क्षमताप्राप्तीचं रहस्य
- कसा कराल स्वतःचा विकास आणि प्रशिक्षण - आत्मविकासाची सात पावलं

युवकांनी या पुस्तकांचा लाभ घ्यावा

- आजच्या युवा पिढीसाठी - विचार नियम फॉर युथ
- नींव नाइन्टी फॉर टीन्स् - बेस्ट कसे बनाल
- श्रीरामांकडून काय शिकाल - नवरामायण फॉर टीन्स्

या पुस्तकाद्वारे प्रत्येक समस्येचं समाधान प्राप्त करा

- स्वास्थ्य प्राप्तीसाठी विचार नियम - मनःशक्तीद्वारे निरामय आरोग्य मिळवा
- स्वीकाराची जादू - त्वरित आनंद कसा प्राप्त करावा
- भय, चिंता आणि क्रोध यांपासून - मुक्ती

या आध्यात्मिक कादंबऱ्यांद्वारे जीवनाचं गूढ रहस्य जाणा

- योग्य कर्मांद्वारे यशप्राप्ती - सन ऑफ बुद्धा
- शोध स्वतःचा - In Search of Peace
- पृथ्वी लक्ष्य - मृत्यूचं महासत्य
- दुःखात खुश राहण्याची कला - संवाद गीता

कसं प्राप्त कराल
ईश्वराचं मार्गदर्शन

सरश्री

कसं प्राप्त कराल ईश्वराचं मार्गदर्शन

© Tejgyan Global Foundation

All Rights Reserved 2013.
Tejgyan Global Foundation is a charitable organization having its headquarters in Pune, India.

सर्वाधिकार सुरक्षित

'वॉव पब्लिशिंग्ज् प्रा. लि.'द्वारे प्रकाशित हे पुस्तक अशा अटीवर विकण्यात येत आहे की प्रकाशकाच्या लेखी पूर्वअनुमतीविना ते व्यापाराच्या दृष्टीने अथवा अन्य प्रकारे उसने, भाड्याने अथवा विकत अन्य कोणत्याही प्रकारच्या बांधणीत अथवा अन्य मुखपृष्ठासह देता येणार नाही. तसेच अशाच प्रकारच्या अटी नंतरच्या ग्राहकावर बंधनकारक न करता आणि वर उल्लेखिलेल्या कॉपीराइटपुरत्या मर्यादित न ठेवता या पुस्तकाच्या कोणत्याही स्वरूपाच्या विनिमयास, तसेच कॉपीराइटधारक व वर उल्लेखिलेले प्रकाशक दोघांच्याही लेखी पूर्वअनुमतीविना इलेक्ट्रॉनिक, मेकॅनिकल, फोटोकॉपी, रेकॉर्डिंग इत्यादी प्रकारे या पुस्तकाचा कोणताही अंश पुनःप्रस्तुत करण्यास, जवळ बाळगण्यास अथवा सुधारित स्वरूपात प्रस्तुत करण्यास मनाई आहे.

प्रकाशक : वॉव पब्लिशिंग्ज् प्रा. लि., पुणे

ISBN : 9788184152470

प्रथम आवृत्ती : सप्टेंबर २०१६

पुनर्मुद्रण : सप्टेंबर २०१७

(सदर पुस्तकाच्या तेजज्ञान ग्लोबल फाउंडेशनद्वारे २ आवृत्त्या प्रकाशित झाल्या आहेत.)

'कैसे लें ईश्वर से मार्गदर्शन' या मूळ हिंदी पुस्तकाचा मराठी अनुवाद

Kase Prapta Karal Ishwarache Margadarshan

By **Sirshree** Tejparkhi

समर्पित

हे पुस्तक समर्पित आहे,
अशा हास्यअभिनेत्यांना
जे आपल्या जीवनात असंख्य दुःखांचा
सामना करत असतानाही
जोकर बनून जगाला हसवत आहेत.

सरश्रींचं व्ही.सी.डी. द्वारा हिंदी भाषेत उपलब्ध असलेलं मार्गदर्शन

१. सत्य साधकांसाठी

- God Realisation – ईश्वर प्राप्ति के ८ कदम
- The मन – कैसे बने मन : नमन, सुमन, अमन और अकंप
- एक भाव, एक दिशा – एक से व्यवहार असली अध्यात्म है
- मृत्यु – मृत्यु के डर से मुक्ति, जीवन जीने का रहस्य
- वर्तमान में कैसे रहें – आओ आश्चर्य करना सीखें
- पृथ्वी लक्ष्य – पृथ्वी पर क्यों आए और क्या करें
- निराकार का आकार – क्या ईश्वर निराकार है
- आज़ादी का आनंद कैसे पाएँ – इंसान की सात ज़रूरतें
- महाआसन – सीक्रेट इज सी ग्रेट
- पृथ्वी प्रतिसाद – पृथ्वी पर जीने के चार तरीके
- मोक्ष – कब, क्यों, कहाँ और कैसे
- मूर्ति पूजा करें या न करें – मूर्ति पूजा रहस्य
- सबसे बड़ी दौलत कैसे प्राप्त करें – चेतना के सात स्तर
- संघ ध्यान – कैसे और क्यों करें
- दिशा ध्यान – Attention Directed Meditation
- सुरक्षित ध्यान – पूर्व और अपूर्व तैयारी
- संपूर्ण ध्यान – The Complete Meditation

२. सर्वांसाठी

- तनाव मुक्त जीवन कैसे जीएँ – संतुलित जीवन कैसे जीएँ
- आत्मविश्वास कैसे प्राप्त करें – Greatest Vibration on Earth
- जो कर हँसकर कर – अपनी मदद करने के लिए ईश्वर की मदद कैसे करें
- जीवन में कैसे खेलें, खिलें, खुलें – How to blossom in life
- आओ जीना सीखें – 13 Lessons of Life
- जीवन दर्शन और मान्यताएँ – मन की मान्यताएँ
- दुःख मुक्ति रहस्य – खुश क्यों और कैसे रहें
- सरल लेकिन शक्तिशाली जीवन कैसे जीएँ
- पूर्ण इंसान कैसे बनें – मैच्युरिटी कैसे प्राप्त करें
- स्वसंवाद का जादू – अपना रिमोट कंट्रोल कैसे प्राप्त करें
- निर्णय लेने की कला – वचनबद्ध निर्णय और ज़िम्मेदारी कैसे लें
- शांति की शक्ति आपका लक्ष्य

अनुक्रमणिका

	प्रस्तावना – एकच मंत्र	९
	खंड - १	१५
१.	**सर्वात मोठा साहाय्यक** सर्वोच्च मार्गदर्शक	१७
२.	**मार्गदर्शक – ईश्वरच का** जीवनात मार्गदर्शकाची आवश्यकता	२१
३.	**ईश्वरीय मार्गदर्शनात सात बाधा** मागाल तर मिळेल	२४
४.	**मार्गदर्शन मिळवण्याची तयारी करण्याच्या सात पद्धती** दिव्य योजना	३१
५.	**मार्गदर्शनाची सात पावलं** पहिलं पाऊल: ईश्वराशी नातं जोडा – ईश्वर कोण मी कोण	३६
६.	**दुसरं पाऊल : जे काही कराल ते हसूनच** सुखद आणि सकारात्मक वातावरण बनवा	४१
७.	**तिसरं पाऊल : अनलॉकिंग – कुलूप काढा** लोकांशी चांगले संबंध ठेवा	४९
८	**चौथं पाऊल : न्यूटन होऊन नवीन शिका** परिवर्तन – लवचिकपणा	५६
९.	**पाचवं पाऊल : प्रज्ञास्वर जागृत करा** ईश्वराच्या बॅक फिडबॅककडे लक्ष द्या	६३
१०.	**सहावं पाऊल: कोरा कागद बना** ईश्वराकडून हस्ताक्षर घ्यायला शिका	७०
११.	**सातवं पाऊल : ईश्वराचं मार्गदर्शन प्राप्त करण्याची सर्वोच्च पद्धत** प्रतीक्षा करायला शिका	७७

१२.	कसं मिळवावं ईश्वराचं मार्गदर्शन	८९
	आपली कहाणी	
१३.	संकेतांची भाषा ओळखा	९४
	सकारात्मक संकेतांचा संकेत	

खंड - २ — १०३

१४.	ईश्वर कधी हसतो	१०५
	हसण्यात अडथळा	
१५.	आपली खात्री – ईश्वर हसेल की रडेल	१०९
	जोरात कधी हसतो	
१६.	माणसाचा मूळ स्वभाव – हास्य	११२
	जनावर आणि माणूस	
१७.	पहिलं हास्य – ओठातलं हास्य	११७
	निंदा नालस्ती	
१८.	दुसरं हास्य – बुद्धीचं हास्य	१२१
	हास्य रहस्य	
१९.	तिसरं हास्य – हृदयातलं हास्य	१२७
	पोट किंवा डोळे	
२०.	हसणं – एक प्रयोग	१२९
	आपलं हास्य ऐका	
२१.	आपली भीती आणि रागावर हसायला शिका	१३१
	निसर्गाचा नियम	
२२.	पहिलं हास्य आणि शिस्त	१३४
	रडण्या – हसण्यातला फरक	

खंड - ३ — १४१

१.	हास्य अभिव्यक्ती	१४३
२.	हास्य स्वास्थ्य	१४६

प्रस्तावना

एकच मंत्र
जे काही कराल ते हसूनच

'जोक वाच पण हसून वाच' असं म्हटलं तर एकवेळ लोक मान्य करतील, पण 'जे काही कराल ते हसूनच' म्हटलं तर खूप कमी लोक याला योग्य मार्गदर्शन समजतील. पण वास्तविक हेच या पुस्तकाचं आणि आपलं ब्रीदवाक्य आहे.

हे पुस्तक जर आपण आनंदानं वाचलं, तर आपल्यासाठी ज्ञानाचा उपहार बनू शकेल. आपण एखाद्याला गिफ्ट देतो, तेव्हा तो एकदम खुश होतो. त्याची ही खुशी बघून त्याला पुढच्या वेळीही गिफ्ट द्यावंसं वाटतं. पण तो खुश झालाच नाही, त्यानं आपल्या भेटवस्तूला महत्त्व दिलं नाही, दुर्लक्ष केलं, तर काय होईल? परत कधी त्याला गिफ्ट द्यावं असं आपल्याला वाटेल का? आपल्या आतल्या आवाजाबद्दलही असंच होतं. कारण ते तर दैवी मार्गदर्शनाचं गिफ्ट आहे ना! ती गोष्ट आपली नाही. ती आयडिया आपली नाही; ईश्वरानं केलेलं मार्गदर्शन आहे ते, जे आपल्याला आंतरिक शब्दांच्या किंवा चित्रांच्या रूपात प्राप्त होतं. माणसानं नेहमी या गोष्टींबद्दल कृतज्ञ राहिलं पाहिजे आणि निरंतर ईश्वराला धन्यवाद दिले पाहिजेत. जर तो कृतज्ञ राहिला तर पुढंही त्याला हे मार्गदर्शन मिळत राहील. पण जर तो कृतज्ञ राहिला नाही, तर मात्र हा अंतरीचा आवाज येणं बंद होत जाईल.

ईश्वराला वाटतं की या पृथ्वीवर राहणारे सगळे लोक मजेत, अगदी आनंदात राहावेत. म्हणून तर त्यानं इतकी सुंदर दुनिया निर्माण केलीय ना! प्रत्येक पित्याला वाटतं, की त्याची मुलं चांगली राहावीत, समस्या असतानाही सुखात राहावीत.

एक माणूस नेहमीच आपल्या समस्यांचं रडगाणं गात असायचा. एकदा तो एका धर्मगुरूंना भेटला आणि म्हणाला, 'कृपया मला एखादी अशी जागा सांगा, जिथं काही समस्या नसेल.' धर्मगुरूंनी त्याला जिथं हजारो लोक राहतात पण कुणाला काही समस्या नाहीए अशी एक जागा माहिती असल्याचं सांगितलं. तो माणूस एकदम खुश झाला आणि गुरुजींना म्हणाला, 'मला तिकडं जायचंय! मला लवकर तिकडं घेऊन चला!' धर्मगुरू त्याला कब्रस्तानात घेऊन गेले आणि म्हणाले, 'इथं हजारो लोक कबरींमध्ये झोपलेले आहेत, पण कुणाला कसलीही समस्या नाही.'

जीवन आहे तर समस्या आहेत. जोपर्यंत जीवन असेल, तोपर्यंत समस्या (शिकवण, धडा, शिडी, आव्हानं) असणारच आणि समस्या असतील तरच विकास होईल. पण याचा अर्थ असा होत नाही ना, की समस्यांमुळे माणसानं हसणंच सोडावं! आणि दुःखी होऊन आयुष्यभर अज्ञानात जगत राहावं!

आपण संसाररूपी झाडावर राहतो आणि अज्ञानाच्या अंधारात दुःखी होऊन जगतो. जेव्हा जीवनात सत्याचा प्रकाश प्रवेश करतो, तेव्हा आपली सजगता जागृत होते. प्रकाशाचा स्रोत, ईश्वर, चैतन्य जेव्हा आपल्याला मार्गदर्शन करतो, तेव्हा आपण हसत खेळत खरं जीवन जगू लागतो. मग आपलं घोषवाक्य बनतं, 'जे काही कराल ते हसूनच.'

एक जुनाट आणि पडीक अवस्थेतली बाग होती. त्या बागेत प्रत्येक झाडावर घुबडं दुःखी चेहऱ्यांनी राहात होती. घुबडांच्या चेहऱ्यावर अजिबात हास्य नव्हतं. एके दिवशी संध्याकाळीच एक हंस त्या बागेमध्ये आला आणि घुबडांशी बोलू लागला. हंस आणि घुबडांमध्ये संवाद सुरू झाला. एका घुबडानं

हंसाला विचारलं, 'एवढा खुश दिसणारा तू कोण आहेस? आणि तू एवढा खुश कसा?'

इकडं घुबडानं हंसाला असा प्रश्न विचारला आणि तिकडं सगळ्या घुबडांच्या डोळ्यांतनं झरझर अश्रू वाहू लागले. त्यांच्या चेहऱ्यावर दयनीय भाव दिसू लागले. जणू काही ते विचारत होते, 'आमच्याच जीवनात जराही आनंद नसावा, सगळं दुःखच भरलेलं आहे असं का?'

घुबडांचा हा प्रश्न ऐकून हंसानं उत्तर दिलं, 'जेव्हा तुम्हाला प्रकाशाचं दर्शन होईल, तेव्हा तुम्हीसुद्धा माझ्यासारखंच खुश राहून हसू शकाल.'

हे ऐकून घुबडांनी आश्चर्यानं विचारलं, 'प्रकाश! हा प्रकाश काय असतो बुवा? कसला असतो? हा शब्द तर आम्ही पहिल्यांदाच ऐकत आहोत!'

आता चकित होण्याची वेळ हंसाची होती. 'तुम्हाला प्रकाशाबद्दल माहीत नाही! सूर्य आपल्याला प्रकाश देतो!'

घुबडांसाठी तर 'सूर्य' शब्दसुद्धा नवीनच होता. त्यांनी विचारलं, 'हा 'सूर्य' काय प्रकार आहे?'

हंस आश्चर्यानं म्हणाला, 'अरे! तुम्हाला सूर्याबद्दलपण माहिती नाही? जेव्हा रात्र संपते, तेव्हा सूर्य उगवतो आणि दिवसाची सुरुवात होते!'

'आता हा 'दिवस' काय असतो? हा शब्द तर आमच्यासाठी अगदीच नवीन आहे!' घुबडांनी काहीसं ओशाळून विचारलं.

हंस म्हणाला, 'तुम्हाला 'दिवस'सुद्धा माहीत नाही! दिवस सूर्याच्या प्रकाशातून प्रकट होतो. माणसांच्या कॅलेंडरमध्ये प्रत्येक आठवड्यात एक 'सन डे' असतो. 'सन डे' म्हणजे सन आणि डे. जर सनडेला तुम्ही सनलाईटमध्ये न्हाऊन निघालात, तर तुमच्यामध्येही तोच आनंद प्रकट होईल जो माझ्यामध्ये आहे. माझ्या चेहऱ्यावर जे हास्य तुम्हाला दिसतंय तेच तुमच्या चेहऱ्यावरही विलसू लागेल.'

हंसाच्या या गोष्टी घुबडांच्या काही डोक्यात शिरल्या नाहीत आणि यात काही नवीनही नाही. नेहमी असंच होतं, हंसाचं बोलणं घुबड नाही समजू शकत. घुबडं हंसाला म्हणाली, 'आम्ही आमच्या थोरामोठ्यांना विचारतो, आमच्या बागेत एक हंस आलेला आहे आणि तो प्रकाशाच्या गोष्टी करत आहे. हे खरं आहे की कसं?'

त्यानंतर घुबडांनी त्यांच्यातील वयोवृद्धांना जाऊन हंसाची ही हकिकत सांगितली. ती ऐकून त्या वृद्ध घुबडांनी तीव्र प्रतिक्रिया व्यक्त केली, 'हंसाच्या या गोष्टी अजिबात खऱ्या नाहीत! घुबडांच्या शास्त्रात प्रकाश नावाचा कुठलाही शब्द नाही! हंस ज्या आनंदाची गोष्ट करतोय, तसला कोणताही आनंद घुबडांच्या जीवनात नसतो. तो जे बोलतोय, ते चुकीचं बोलतोय. सनलाईट वगैरे काही नसतं आणि आपल्या कॅलेंडरमध्ये सन डे नाही तर मन डे असतो.'

आपल्या वडीलधाऱ्या घुबडांचं ऐकून इतर घुबडांना वाटलं, की खरंच हंस ज्या प्रकाशाबद्दल सांगतोय, ते खोटं आहे. यानंतर ते हंसाकडे गेले आणि म्हणाले, 'तू आम्हाला खोटं सांगून उल्लू बनवलंस. ना कुठला असा प्रकाश आहे, ना कुठला सन डे असतो आणि ना कुठला सनलाईट, ज्याच्यामध्ये न्हाऊन कुणी घुबड हंस बनलेलं आहे. आजवर असं अजिबात ऐकिवात नाही. या फक्त पुस्तकी गोष्टी आहेत. त्याही तुमच्या पुस्तकात छापलेल्या. आमच्या शास्त्रात अशा प्रकारचा कुठलाही विषय नाही. आमचा तुझ्या बोलण्यावर काडीमात्र विश्वास नाही.'

घुबडांचं हे बोलणं ऐकून हंस त्यांना म्हणाला, 'जर तुम्हाला सत्याचा प्रत्यक्ष अनुभव घ्यायचा असेल, तर सकाळ झाल्यावर मी तुम्हाला हाक मारीन आणि याचा अनुभव मिळवून देईन. माझा आवाज ऐकून तुम्ही फक्त तुमचे डोळे उघडा बस्स... मग शब्द, शब्दच राहणार नाहीत. एक अशी अवस्था येईल ज्यामध्ये तर्क-वितर्क राहणार नाहीत. तुम्ही स्वतःच त्या प्रकाशाचा अनुभव घ्याल आणि बघाल की सूर्य आणि दिवस काय असतो ते? उजाडल्याबरोबर तुम्हाला अनुभवानेच सत्याचं ज्ञान होईल.'

विषय तसा फारच वेगळा होता, घुबडांच्या परंपरेच्या विरुद्ध होता, पण काही घुबडं ही क्रांती करण्यासाठी तयार झाले. ज्यांना हंसाच्या बोलण्यात काही तथ्य वाटत होतं, ती घुबडं सकाळी उठायला तयार झाली.

सकाळ झाल्याबरोबर हंसानं घुबडांना हाक मारली. हंसाचा आवाज ऐकून काही घुबडांचे डोळे उघडले आणि काय आश्चर्य, त्यांना पहिल्यांदाच कळलं, की सूर्याचा प्रकाश कसा असतो. त्यांना अनुभवातून हे समजलं, खरा आनंद, खरं हास्य कसं असतं? आणि हसता हसता हंस बनून कसं जगता येऊ शकतं? प्रत्येक कार्य हसत हसत कसं केलं जाऊ शकतं? पहिल्यांदाच त्यांच्या लक्षात आलं, की ते घुबड नव्हतेच! ते तर हंस होते! फक्त डोळे बंद ठेवल्यामुळे ते स्वतःला विसरले होते इतकंच.

पहिल्या-पहिल्यांदा आपण नवी दृष्टी ओळखू शकत नाही. एखादी नवीन गोष्ट समोर आली रे आली की आपण तिचा अस्वीकार करतो. हे असं कसं, म्हणून पार धुडकावून लावतो. या कहाणीतून आपण हीच गोष्ट शिकायची की जर कुणी आपल्याला, आपल्या अनुभवातून मार्गदर्शन करत असेल, तर एकदम नकार देण्याऐवजी प्रथम त्यांचं ऐका. त्याकडे नव्या दृष्टिकोनातून पाहा. कारण हंस बनल्यावरच आपल्याला हंसाचा दृष्टिकोन समजू शकतो ना? जेव्हा आपल्याला सांगितलं जाईल, की जीवन जगण्याची नवीन आणि सुंदर पद्धतसुद्धा आहे, तेव्हा आपली बुद्धी खुली ठेवा. प्रकाश(ज्ञान), सूर्य आणि दिवस आपल्या आतच आहेत. ही गोष्ट ताबडतोब उडवून न लावता, याचा स्वतः अनुभव घ्या आणि सदोदित खुश राहण्याचा मंत्र शिका. हे मार्गदर्शन आपल्याला द्यायला नियती सतत तयार असते.

जीवनाच्या प्रत्येक वळणावर माणसाला मार्गदर्शनाची नितांत गरज असते. मग बाल्यावस्था, किशोरावस्था, युवावस्था किंवा वृद्धावस्था असो. मुलाला आई-वडिलांच्या मार्गदर्शनाची, विद्यार्थ्याला शिक्षकाच्या मार्गदर्शनाची, शिष्याला गुरूच्या मार्गदर्शनाची, तर भक्ताला ईश्वराच्या मार्गदर्शनाची गरज भासते. माणसाला आई-वडील, शिक्षकांचं मार्गदर्शन तर सहजच मिळतं. त्यामुळे तो

एका उच्चस्थानी पोहोचतोसुद्धा, पण त्याला जेव्हा दिव्य मार्गदर्शन प्राप्त होतं, तेव्हा त्याच्या जीवनात चमत्कार होतो. तो यशाची शिखरं पादाक्रांत करतो.

एकदा एक माणूस विमानातून जाणार होता. तो एअरपोर्टवर पोहोचला आणि विमानात चढणारच होता, इतक्यात त्याच्या अंतर्मनातून आवाज आला, 'त्या विमानात चढू नये, त्यानं लगेच खाली उतरावं.' फक्त एक हळुवार आवाज होता, ज्याच्या मागं काही तर्क नव्हता. त्याला याचं कारण समजलं नाही, पण तरीही तो त्या विमानातून उतरला. काही तासांनंतर कळलं की ते विमान दुर्घटनाग्रस्त झालं. विचार करा, हे कसं झालं असेल? नक्कीच त्याला त्याच्या आतल्या आवाजानं मार्गदर्शन केलं असेल. लक्षात असू द्या, याच्या मागं काहीही तर्क नव्हता, हा तर फक्त एक हळुवार आवाज होता. अंतरात्म्याच्या आवाजानं आपल्याला काही करण्याची किंवा न करण्याची प्रेरणा मिळू शकते. याच प्रेरणेची गरज आपणा सर्वांना आहे. या पुस्तकाच्या माध्यमातून आपण हे मार्गदर्शन प्राप्त करणार आहोत.

खुश आणि आनंदी लोकच ईश्वराचं हे मार्गदर्शन ओळखून खुशी पसरवू शकतात. नाहीतर दुःखी लोक आयुष्यभर बेसूर राग आळवण्यात गुंग होतात आणि ते एका अनमोल गोष्टीपासून वंचित राहिले आहेत हे त्यांच्या लक्षातच येत नाही. एकच मंत्र त्यांची नौका पैलतीरावर लावू शकतो हे कधी समजतच नाही. जो मंत्र होता, आहे आणि राहील, 'जे काही कराल ते हसूनच.'

हा मंत्र आपल्याला ईश्वराचं मार्गदर्शन प्राप्त करून हसण्याची आणि इतरांवर खरं प्रेम करण्याची कला शिकण्यासाठी मदत करेल. ही कला शिकता शिकता आपण दिव्य मार्गदर्शन प्राप्त करण्यामध्ये निपुण व्हाल. मग आता थांबायचं कशासाठी...! जे वाचाल ते हसूनच वाचा. बस्स...

...सरश्री

खंड १

ईश्वराकडून मार्गदर्शन कसं घ्याल

जसं आपल्याला काही वेळा स्वतःबरोबर एकांतात राहायचं असतं, तसंच ईश्वरालासुद्धा आपल्यासोबत काही वेळ एकांतात राहायचं असतं. म्हणून आपण प्रार्थना आणि ध्यानाच्या माध्यमातून ईश्वराबरोबर राहा.

अध्याय १

सर्वांत मोठा साहाय्यक

सर्वोच्च मार्गदर्शक

ईश्वर विविध माध्यमांतून सतत माणसाला मार्गदर्शन देत असतो, परंतु आपणच त्याचे संकेत समजू शकत नाही. परिणामी आपण त्याच्या अमूल्य मार्गदर्शनापासून वंचित राहतो आणि आयुष्यभर दुःख झेलत बसतो.

या गोष्टीवर पूर्ण विश्वास ठेवा, की ईश्वर कायम आपल्याबरोबर आहे; सुखातही आणि दुःखातही. ईश्वराची उपस्थिती दुनियादारी करणाऱ्या लोकांसारखी नसते, जे सुखात तर बरोबर असतात पण दुःखात मात्र साथ सोडतात. पण ईश्वर खरा साथीदार कसा असतो, हे एका कहाणीमधून ध्यानात घ्या.

एका माणसानं एक स्वप्न बघितलं. स्वप्नात त्याला आपल्या जीवनातील दृश्यं दिसली. प्रत्येक दृश्यात त्याला वाळूवर दोन लोकांच्या पायांचे ठसे दिसत होते. जीवनाच्या शेवटच्या दृश्यात मात्र एकाच माणसाच्या पायाचे ठसे दिसत होते. जो त्याच्या जीवनातला सगळ्यांत दुःखद आणि कष्टदायी काळ होता. त्या माणसानं ईश्वराला विचारलं, 'आपण आयुष्यभर माझ्यासोबत चालत राहिला, पण शेवटच्या वेळी तुम्ही मला सोडून का निघून गेलात? खरं म्हणजे त्या वेळी मला आपल्या मदतीची सगळ्यांत जास्त गरज होती.'

ईश्वरानं उत्तर दिलं, 'बाळा, मी तुझ्यावर खूप प्रेम करतो आणि जीवनाच्या शेवटच्या काळात तर मी तुला उचलून घेऊन चालत होतो, म्हणून तिथं फक्त माझ्याच पावलांचे ठसे आहेत, तुझ्या पावलांचे नाहीत.'

ईश्वर नेहमी माणसाच्या सोबत असतो. त्याच्या हृदयात निरंतर त्याचा वास आहे. आपल्या 'आतल्या आवाजाच्या रूपात तो संदेशही देत असतो पण माणसाच्या मनात चाललेल्या विचारांच्या कलकलाटात ईश्वराचा तो हळुवार, मृदू आवाज ऐकू येत नाही. दबून जातो. ईश्वर तर नेहमीच मार्गदर्शन देत आला आहे, पण माणूस अज्ञानामुळे त्याचं मार्गदर्शन समजू शकत नाही. हे एका कहाणीच्या माध्यमातून आपल्या हृदयावर कोरून ठेवा.

एकदा ढग नवग्रहांकडे जाऊन म्हणाले, 'वर्षा ऋतूमध्ये तर आम्ही पाण्याचा वर्षाव करतो, पृथ्वीची तहान भागवतो. साऱ्या सृष्टीला उष्म्यापासून आराम देतो. जनमानसात चैतन्य पसरवतो. पण उरलेल्या आठ महिन्यांत आमच्याकडे काही काम नसतं. आम्ही नुसतंच फिरत असतो. त्यासाठी आम्हाला दुसरं एखादं काही काम द्या, सेवाकार्य द्या, म्हणजे बाकीचा काळसुद्धा आम्हाला लोकांची मदत करता यावी.'

हे ऐकून नवग्रह हसले आणि म्हणाले, 'ढगांनो, तुमचा सेवेचा विचार तर चांगला आहे. असं करा, तुम्ही राहिलेल्या वेळेत लोकांना संदेश पोहोचवायचं कार्य करा. तुम्ही पसरून शब्द बनवा, ज्यामध्ये लोकांसाठी संदेश लपलेला असेल. त्यांना असा संदेश द्या, त्यांनी जीवनात काय करायला पाहिजे? निसर्गापासून काय शिकलं पाहिजे? त्यांना जर आपलं भविष्य जाणून घ्यायचं असेल तर आम्हाला विचारून ते सुद्धा सांगा.'

हे ऐकून ढग एकदम खुश झाले. त्यांना वाटलं, 'हे तर मोठं पुण्याचं काम मिळालं! आता तर आपल्याला प्रत्येक माणसाचं दुःख दूर करता येईल. त्याला योग्य संदेश दिला तर तो चुकीचं काम करणारच नाही! मग तर पृथ्वीवरच

स्वर्ग बनेल!' त्यांनी या आनंदातच आपलं काम सुरू केलं, त्यांना एक माणूस रस्त्यावरून चालत जाताना दिसला. ज्याच्या समोरच एक खड्डा होता. ढग ताबडतोब पसरले. इतस्ततः फैलावले आणि आकाशात संदेश लिहिला गेला, 'हे मानवा, पुढं खड्डा आहे.' पण त्या माणसानं जर वरतीच बघितलं नाही, तर तो वर लिहिलेला संदेश कसा वाचेल! परिणामी तो खड्ड्यात पडला. ढगांना खूप वाईट वाटलं. त्यांना वाटलं, 'आपण एवढ्या मेहनतीनं आकाशात संदेश लिहिला, तरीही तो खड्ड्यात जाऊन पडला! बहुधा आपण योग्यवेळी मार्गदर्शन दिलं नसावं म्हणून असा अनर्थ घडला असावा.'

त्यांनी दुसऱ्या माणसासाठी एक संदेश लिहिला की ज्याच्यासाठी तू प्रार्थना करतोयस ती गोष्ट तुझ्यासमोरच ठेवलेली आहे. पण त्या माणसानं तो संदेश साधा ढुंकूनही बघितला नाही. त्याचा परिणाम असा झाला, की जिथून तो चालला होता, तिथेच हिरा पडला होता. पण त्याला तो दिसलाच नाही. तिकडे त्याचं लक्षच गेलं नाही. जर योग्य वेळी योग्य मार्गदर्शन त्यानं ग्रहण केलं असतं तर, त्यानं त्या हिऱ्याकडे बघितलं असतं आणि तो श्रीमंत बनला असता, ज्याच्यासाठी तो बऱ्याच वर्षांपासून प्रार्थना करत होता. ढग हैराण झाले! ते प्रत्येक येणाऱ्या जाणाऱ्यांच्या गरजेनुसार गतीनं पसरून संदेश लिहीत होते, पुसत होते. संदेश क्षणभरासाठीच आकाशात लिहून येत होता. तसं पाहिलं तर हेही काम काही सोपं नव्हतं पण कोणी वर बघायलाच तयार नव्हतं. कुठल्याही माणसानं संदेश बघितला नाही, मार्गदर्शन घेतलं नाही. ढगांची सगळी मेहनत वाया गेली. ते अतिशय दुःखी होऊन नवग्रहांकडे परतले आणि तक्रार करू लागले, आम्ही तर मानवाला मदत करायला तयार आहोत पण त्याला वर बघायला कोण शिकवणार? खालच्यासाठी सगळी मदत वरून मिळू शकते, हे त्याला कोण सांगणार? म्हणजे त्याला वरून मिळणारं मार्गदर्शन समजून देता यावं.

माणूस ईश्वराचं मार्गदर्शन समजायला तयार नाही हीच मूळ समस्या

आहे. ईश्वर जो संदेश देतो, तो माणूस समजून घेतही नाही आणि संदेश ग्रहणही करू शकत नाही. जर जगातील प्रत्येक माणूस ईश्वराकडून मार्गदर्शन घ्यायला शिकला, तर माणसांच्याच नव्हे तर विश्वाच्यासुद्धा अधिकाधिक समस्या दूर होतील, नष्ट होतील. तेव्हाच या पृथ्वीच्या रंगमंचावरचं नाटक आदर्श पद्धतीनं होऊ शकेल, जे निर्माता-दिग्दर्शकाला फुलवायचं आहे, रंगवायचं आहे. ईश्वरापेक्षा चांगला मार्गदर्शक कोण असू शकतो!

मालक : 'मी अर्धा तास झाला बेल वाजवतोय, तुला ऐकू येत नाही?'

नोकर : 'आपण घराचे मालक आहात, घर तुमचं आहे तेव्हा तुम्हाला पाहिजे तेवढा वेळ तुम्ही घंटी वाजवू शकता. त्याला मी काय करू?'

ईश्वर : 'शब्दांचा अर्थ लक्षात घ्या. शब्दांमध्ये अडकू नका.'

अध्याय २

मार्गदर्शक - ईश्वरच का

जीवनात मार्गदर्शकाची आवश्यकता

नेहमी असं दिसतं की लोक आध्यात्मिक मार्गदर्शन मिळवण्यासाठी कधी या बाबाकडे धाव घेतात, तर कधी त्या पुजाऱ्याकडे. ते तांत्रिका-मांत्रिकाच्याच भानगडीत अडकून राहतात. पण असं केल्यामुळे आपल्याला योग्य मार्गदर्शन मिळणार आहे? नाही! वास्तविक मार्गदर्शन तर केवळ ईश्वरच देऊ शकतो.

ईश्वरानं हे जग निर्माण केलं, ही पृथ्वी बनवली. हे त्याचं घर आहे. आपण त्याच्या घरात राहणारे पाहुणे आहोत केवळ. जर आपल्याला याविषयी काही अडचण असेल, तर शहाणपणा याच्यातच आहे की आपण इतर कुणाला विचारण्याऐवजी, घरमालकाला म्हणजे ईश्वरालाच विचारावं.

माणसाला वेगवेगळ्या प्रकारे मार्गदर्शन मिळतं, पण वास्तविक सगळ्याचा स्रोत एकच आहे, ईश्वर... ईश्वर... आणि ईश्वर... बाकीच्या गोष्टी फक्त माध्यम आहेत. देणारा ईश्वर! अल्ला! भगवानच आहे. पण आपण चुकून माध्यमांनाच स्रोत मानून बसतो. जसं नळातून आपल्याला पाणी मिळतं, पण नळ फक्त माध्यम आहे. नळ देऊन देऊन किती पाणी देऊ शकणार? त्याची क्षमता ती काय? याबद्दल काही सांगता येत नाही. कारण नळ स्रोत नाही, तर माध्यम आहे. याउलट, आपल्याला जर सरळ समुद्रातूनच पाणी घ्यायचं असेल, तर तिथं एवढं

पाणी आहे की आपली गरज संपेल, पण पाणी संपणार नाही. स्रोताजवळ प्रत्येक गोष्ट मुबलक प्रमाणात असते. स्रोताकडून घेता घेता आपण थकून जाऊ पण स्रोत देता देता कधीही थकत नाही, कारण तिथं प्रत्येक गोष्ट भरपूर आहे.

खूपदा लोकांना स्रोत आणि माध्यम यांतला फरकच लक्षात येत नाही. ते माध्यमाकडून मिळणाऱ्या मर्यादित ज्ञानावरच संतुष्ट होतात. स्रोत हे ज्ञानाचं विपुल भांडार असून माध्यम हे त्या भांडाराला आपल्यापर्यंत पोहोचवण्याचं निमित्त आहे, हेच त्यांना माहिती नसतं.

मार्गदर्शनाची आवश्यकता का

आपण एखाद्या ऐतिहासिक स्थळी फिरायला जातो, तेव्हा त्या ठिकाणाची संपूर्ण माहिती मिळवण्यासाठी 'गाईड'ची मदत घेतो. कारण आपल्याला त्या जागेच्या इतिहासाबद्दल फारसं काही माहिती नसतं. आपण त्या ठिकाणी अनोळखी असतो म्हणून आपल्याला गाइडची गरज भासते. ज्याला वाट माहिती नसते, त्याला मार्गदर्शनाची गरज असते आणि इथेच गाईड उपयोगी पडतो. गाईड आपल्याला त्या जागेबद्दल खूप काही सांगतो. तिथं घडलेल्या प्रमुख घटना आणि तिथली वैशिष्ट्य सांगतो. तो आपल्याला तिथला भूगोल आणि इतिहास सोप्या भाषेत सांगतो, ज्यामुळे आपलं तिथं फिरायला जाणं सार्थकी लागतं. जर गाईड नसेल तर ही सगळी माहिती मिळवायला आपल्याला खूप वेळ लागेल. कित्येक मार्गदर्शनपर मोठी मोठी पुस्तकं वाचावी लागतील, तेव्हा कुठे आपल्याला योग्य बोध मिळेल.

अशाप्रकारे आपण या जगात ईश्वराचे पाहुणे आहोत. हे विश्व आपण बनवलेलं नाही. हे आपलं खरं आणि कायमचं घर नाही. प्रत्यक्षात आज खूप साऱ्या गोष्टी माहिती असल्याचा दावा शास्त्रज्ञ करतात. पण वस्तुस्थिती अशी आहे, की आजसुद्धा ते मानवी शरीर आणि ब्रह्मांडाचा कितीतरी गुंता संपूर्णपणे सोडवू शकलेले नाहीत. जे गुंते सुटले, तेसुद्धा, काही लोकांनी ईश्वराचं मार्गदर्शन ग्रहण केलं आणि त्याप्रमाणे काम केलं म्हणूनच.

या अनभिज्ञ दुनियेत राहताना आपल्याला ज्ञानाची गरज असते. ईश्वरानं

एका खास कारणासाठी आपल्याला या जगात पाठवलेलं आहे. हे लक्ष्य काय आहे? आपल्याला इथं पाठवण्यामागं परमपित्याचा उद्देश काय आहे? जगाच्या रंगमंचावर जीवनाच्या नाटकात आपली भूमिका काय आहे? हे आपल्याला माहिती नाही. हेच ज्ञात होण्यासाठी आपल्याला ईश्वराच्या मदतीची गरज आहे.

जीवनाचा रंगमंच असो वा चित्रपट, दोन्ही ठिकाणी दिग्दर्शकाची फार मोठी भूमिका आहे. येथे आपल्याला कधी आणि कसं वागायचं आहे हे दिग्दर्शकच सांगतो. चित्रपट कितीही मोठा असला आणि त्यात काम करणारा कलाकार कितीही महान असला तरीही दिग्दर्शकाशिवाय कोणी काही करू शकत नाही. विचार करा, एखाद्या चित्रपटाला दिग्दर्शकच नसेल तर काय होईल? प्रत्येक पात्र काय वाटेल तो डायलॉग बोलेल. कोणी कोणाचं म्हणणं ऐकणार नाही. एकंदरीतच तो चित्रपट किंवा नाटक फ्लॉप होईल.

त्याचप्रकारे जीवनाच्या रंगमचावर आपण एक कलाकार आहोत आणि ईश्वर त्याचा दिग्दर्शक. तो आपल्याला सतत सांगत आहे की जगाच्या या रंगमंचावर ही भूमिका आपल्याला वठवायची आहे, अमुक अमुक काम करायचं आहे. अधिकतर लोकांना ते कोणती भूमिका वठवण्यासाठी या रंगमंचावर म्हणजे पृथ्वीवर आलेले आहेत हेच माहिती नसतं. अशावेळी त्यांना मार्गदर्शनाची गरज असते. कारण दिग्दर्शकाला या चित्रपटाची पूर्ण कथा ज्ञात असते. प्रत्येक छोटं वाक्यसुद्धा कहाणीमध्ये कशाप्रकारे पूर्ण योगदान देत आहे हेही तो जाणत असतो. अभिनेत्याचं ज्ञान मर्यादित असतं, दिग्दर्शकाचं ज्ञान संपूर्ण असतं, म्हणून अभिनेता, अभिनेत्री दिग्दर्शकाचं ऐकतात आणि त्यांचं मार्गदर्शन घेतात. अगदी अशाचप्रकारे आपल्याला सतत ईश्वराचं मार्गदर्शन घेता आलं पाहिजे.

टीचर : पहिल्या दिवशीच उशिरा येतोयस?

विद्यार्थी : नाही, घरूनच येतोय.

ईश्वर : योग्य ऐकून मगच उत्तर द्या.

अध्याय ३

ईश्वरीय मार्गदर्शनात सात बाधा

मागाल तर मिळेल

ईश्वर जर आपल्याला सतत मार्गदर्शन देत असतो, तर मग प्रश्न असा पडतो की आपण ते ग्रहण का करू शकत नाही? यामध्ये कोणत्या अडचणी येतात? त्या अडचणींविषयी आपल्याला माहिती झालं, तर ईश्वरीय मार्गदर्शन मिळणं सोपं होऊन जाईल.

मार्गदर्शन घेण्याच्या वाटेवर येणाऱ्या सात बाधा अशा प्रकारच्या आहेत:

पहिली बाधा : योग्य ठिकाणी नसणं

समजा भारत आणि ऑस्ट्रेलिया दरम्यानची वन डे मॅच कानपूरमध्ये होणार आहे आणि आपण ती बघायला ग्वाल्हेरला गेलात तर काय होईल? तुम्ही मॅच बघू शकणार नाही. मॅच तर चालू आहे, खेळाडूही खेळत आहेत, आपल्याजवळ तिकीट पण आहे, पण आपण मॅच बघू शकणार नाही. कारण आपण योग्य ठिकाणी म्हणजे त्यावेळी जेथे असायला हवं तेथे उपस्थित नसतो.

अगदी त्याचप्रमाणे ईश्वराकडून पाठवलेला संदेश आपल्याला एखाद्या विशिष्ट ठिकाणी मिळणार असेल आणि त्यावेळी आपण तिथं नसाल तर तो संदेश आपल्याला मिळणार का? नाही.

मग आता प्रश्न असा उरतो, की ईश्वराचं मार्गदर्शन मिळण्याचं योग्य ठिकाण कोणतं? ते फक्त हरिद्वार आणि काशीमध्येच मिळतं का? नाही. हा या जगातल्या ठिकाणाचा प्रश्न नाहीए, प्रश्न आंतरिक स्थानाचा आहे. ईश्वराचं मार्गदर्शन घेण्यासाठी आपल्याला केंद्रावर उपस्थित राहिलं पाहिजे. तेजस्थान; म्हणजेच हृदयावर आलं पाहिजे. जेव्हा आपण आपल्या अंतरंगात योग्य जागी उपस्थित राहाल, तेव्हाच आपल्याला ईश्वराचं मार्गदर्शन सहजतया मिळेल.

दुसरी बाधा : आवश्यक वेळी अनुपस्थिती

ईश्वराचं मार्गदर्शन मिळवण्याबाबत दुसरा अडथळा असा आहे, की माणूस पाहिजे त्या वेळीच गैरहजर राहतो. समजा आपण क्रिकेट प्लेअर आहात आणि आपली मॅच सकाळी दहा वाजता आहे आणि ती खेळण्यासाठी तुम्ही दुपारी दोन वाजता पोहोचलात. अशा वेळी आपल्याला त्या खेळात सामील करून घेतलं जाणार नाही, मग तुम्ही कितीही मोठे खेळाडू असला तरी त्यासाठी योग्य वेळी पोहोचणं आवश्यक आहे.

माणसाला कधी कधी अशा काही गोष्टींबद्दल मार्गदर्शन हवं असतं, जे त्यावेळी त्याच्या उपयोगाचं नसतं. समजा सहा वर्षांच्या एखाद्या मुलानं आपल्या आई-वडिलांकडे कार चालवण्याचं मार्गदर्शन मागितलं, तर आई-वडील त्याला देतील का? देणार नाहीत, कारण त्यावेळी ते त्याच्या उपयोगाचं नसतं. जेव्हा योग्य वेळ येईल तेव्हा ते स्वतःहूनच त्याची व्यवस्था करतील. ईश्वरसुद्धा नेमकं असंच करतो. माणूस खूपदा चुकीच्या वेळी काही गोष्टी ईश्वराकडे मागतो, पण ईश्वराच्या योजनेनुसार त्यावेळी त्या त्याच्या भल्याकरिता नसतात.

ईश्वरानं आपल्याला मार्गदर्शन कसं करावं, हे आपण ईश्वराला सांगण्याचं काही कारण नाही. कारण हे त्याचं काम आहे आणि त्याबद्दल तो आपल्यापेक्षा अधिक जाणतो. ईश्वर योग्य वेळी योग्य दरवाजा उघडतो. म्हणून त्याच्यावर विश्वास ठेवा. तुम्हाला एखादा दरवाजा उघडावा असं वाटत असेल आणि तो उघडत नसेल तर याचाच अर्थ, काही वेळ मौन पाळा.

तिसरी बाधा : वेळेचा अभाव

ईश्वराचं मार्गदर्शन घेण्यात एक समस्या वेळेची आहे. आजकालच्या धावपळीच्या जीवनात माणूस सतत इकडून तिकडे धावत राहतो. त्याचं शरीर फार तर शांत होईल, पण त्याचं मन मात्र धावतच असतं. त्याचे विचार या धावण्याच्या शर्यती लावत असतं. माणसाला मौन आवडत नाही. रिकाम्या वेळेत तो टीव्ही लावून बसतो, मन लागावं म्हणून. ईश्वराचा टीव्ही म्हणजे मौन चॅनल, जिथून मार्गदर्शन मिळतं, पण तेच ऐकायला त्याला फुरसत नाही.

आजची दुनिया एवढी गतिमान झाल्यामुळे कुणाला ऐकायला, समजून घ्यायला वेळच नाही. आपल्याला जर मार्गदर्शन प्राप्त करायचं असेल, तर थोडं थांबून समजून घेतलं पाहिजे, मनन केलं पाहिजे आणि उपस्थित राहिलं पाहिजे.

चौथी बाधा : मार्गदर्शन प्राप्त करण्याची तयारी नसणं

आपल्याला जर स्वच्छ पाणी पाहिजे असेल, तर आपण ते चिखलानं माखलेल्या घाणेरड्या भांड्यात ठेवणार नाही. पाणी स्वच्छ ठेवण्यासाठी पहिल्यांदा आपण ते भांडं साफ कराल, स्वच्छ पाण्यानं ते धुवाल आणि मगच त्याचा उपयोग कराल. तसंच ईश्वराच्या मार्गदर्शनासाठीसुद्धा पूर्वतयारीची गरज असते. आपलं मन जर रजोगुणी किंवा तमोगुणी असेल तर ते मार्गदर्शन ग्रहण करू शकणार नाही. त्यासाठी आपल्याला प्रथम आपल्या मनाचे विकार, म्हणजे चिखल दूर करावा लागेल. त्याला विश्वासाच्या ब्रशनं छान घासून पुसून चमकदार बनवावं लागेल. सकारात्मक विचारांच्या स्वच्छ पाण्यानं धुतलं पाहिजे तरच ते मार्गदर्शनासाठी तयार होईल. ही पूर्वतयारी आहे.

अपूर्व मार्गदर्शन प्राप्त करण्यासाठी या पूर्वतयारीची नितांत गरज आहे.

हे मार्गदर्शन मिळवण्यासाठी आपल्याला आपल्या मनाची बडबड सर्वप्रथम शांत केली पाहिजे. आपल्या विचारांचं वादळ थांबवलं पाहिजे. जर आपलं मन आपल्याच विचारांनी भरलेलं असेल, तर ईश्वरीय विचारांसाठी,

ईश्वरीय मार्गदर्शनासाठी जागाच शिल्लक राहणार नाही. अशातच जरी मार्गदर्शन मिळालं, तरी ते ऐकण्याची फुरसत आपल्याला कुठे असेल? आपण आपल्याच विचारांत गुंगून राहाल.

पाचवी बाधा : मार्गदर्शनाची मागणी न करणे

प्रार्थनेमध्ये आपण ईश्वराला जे विचारता, त्याचं उत्तर तो देतो. ईश्वर दरवाजा उघडतो, तुम्ही फक्त दार वाजवायला हवं.

तुम्ही कुणाच्या घरी गेलात आणि दारावर टकटक न करता बाहेर उभे राहिलात तर कोणी दरवाजा उघडेल का? नाही ना! ईश्वराचंही अगदी असंच आहे. तुम्ही त्याचं दार ठोठावलं नाही तर तो उघडेल कसं? आणि ईश्वराच्या दारावर धक्के मारायची गरज नाही, फक्त एक टकटक पुरेशी आहे. दरवाजा आपोआप उघडेल. पण आपण ईश्वराच्या दरवाजावर टकटक करण्यापूर्वी खूप घाबरतो. आपल्याला वाटतं की हे उघडायला मोठ्या ताकदीची गरज लागेल. खूप मोठा भारदस्त दरवाजा आहे, मौल्यवान दिसतोय. ते न उघडण्याचे आपण कितीतरी बहाणे करतो. पण अखेरीस इतर कुठलाही उपाय उरलेला नसल्याने त्यादिशेनं आपण प्रयत्न करतो, तेव्हा लक्षात येतं, अडथळा तर काही नव्हताच, दरवाजा तर फक्त भ्रम होता. समुद्राच्या किनाऱ्यावर बसून जोपर्यंत विचार करत राहाल, खूप खोल असेल... मी बुडून जाईन... हे होईल... ते होईल, तोपर्यंत हा सागर एकदम भीतीदायक वाटेल. उडी मारताच लक्षात येईल, जसा आपण विचार करत होतो तसं नव्हतंच मुळी. तो तर आपला भ्रम होता, कल्पना होती.

अनुभव प्राप्त करणं किंवा मार्गदर्शन प्राप्त करणं, म्हणजे नेमकं काय आहे? जर जीवन कठीण आहे असं मानून बसलात तर पुढं चालायचंच सोडून द्याल. पण जेव्हा हिमतीनं चालायला लागाल तेव्हा लक्षात येईल, अंधाऱ्या गुहेतसुद्धा उजेड पडला. हे असं कसं घडलं? बाहेरून अंधारी गुहा भयानक वाटत होती, पण पहिलं पाऊल पडताच तिथं प्रकाश पडला. जसजशी पावलं टाकत

गेलो, तसतसा तिथं प्रकाश पडत गेला. शेवटी लक्षात येईल की एवढा मोठा बोगदा सहजतेनं पार झाला. योग्य वेळी वाट आपोआप प्रकाशित होत गेली.

ईश्वर योग्य वेळी योग्य मार्गदर्शन करतोच. फक्त गरज आहे मार्गदर्शन मागण्याची.

सहावी बाधा : दुतर्फी विचार

दुतर्फी विचार करण्यामुळे मार्गदर्शन मिळण्यात व्यत्यय येतो. एखादा प्रश्न आपल्या मनात येतो, तेव्हा आपल्याला त्याचं उत्तर ऐकायला थांबलं पाहिजे. ही योग्य नीती आहे. आकर्षणाच्या नियमानुसार त्याचं उत्तर आपल्या दिशेनं येऊ लागतं. पण अडचण अशी आहे, की माणूस प्रश्न विचारल्यानंतर उत्तराची वाटच बघत नाही. तो लगेच दुसरा प्रश्न विचारून बसतो, जो पहिल्या प्रश्नाला काटतो. अशावेळी द्विधा स्थिती उत्पन्न होते कारण दोन्ही प्रश्न परस्परविरोधी असतात.

याचप्रकारे माणूस एका क्षणी एक इच्छा बाळगतो, तर दुसऱ्याच क्षणी त्याच्या विरुद्ध इच्छा बाळगतो. अशावेळी एकही इच्छा पूर्ण होऊ शकत नाही. नियती किंवा मदर नेचर गप्प बसून वाट बघते, की पहिल्यांदा तुम्ही इच्छा निश्चित करावी, मगच योग्य मार्गदर्शन देता जाईल.

एक माणूस प्रार्थना करतो, की मला दिल्लीला जायचंय आणि दुसऱ्याच दिवशी प्रार्थना करतो, की मला पुणे कधीच सोडायचं नाहीए. हे दुतर्फी आहे. परस्परांना काटणाऱ्या दुतर्फी प्रार्थनांमुळे माणूस एक तर आपल्या ध्येयापर्यंत पोहोचतच नाही किंवा उशिरा पोहोचतो.

एक माणूस आपल्या पत्नीमुळे त्रस्त होऊन प्रार्थना करतो, 'घरात खूप भांडणं होतात, यातून मुक्ती मिळाली तर बरं होईल. घरात सुखाचं आणि शांततेचं वातावरण निर्माण झालं तर किती बरं होईल!' तर कधी कधी त्याच्या मनात विचार येतो, 'घटस्फोट झाला, यातून सुटका झाली, तर सुटेन एकदाचा!'

लोक असे दुतर्फी प्रार्थना करतात. एके दिवशी म्हणतात घरात सुख–

शांती पसरावी, तर दुसऱ्या दिवशीच घटस्फोटाचा विचार करतात. परिणामी निसर्ग त्यांना योग्य मार्गदर्शन करू शकत नाही. त्यामुळे त्याचा त्रास आणि भांडणं वाढतच जातात.

याच दुतर्फी विचारांमुळे माणूस जेव्हा अयशस्वी होतो तेव्हा त्याला वाटतं, 'माझ्या जीवनात असं का घडलं? मला जे मिळायला पाहिजे होतं ते का नाही मिळालं?' 'माझा शेजारी, माझा भाऊ, माझा बॉस, माझी बायको, माझा पती यांच्यामुळे हे घडलं. मी दुसऱ्या कुणामुळे तरी आपल्या ध्येयापर्यंत पोहोचू शकलो नाही.' तो आपल्या अपयशाची कारणं बाहेरच शोधतो. त्याच्या अपयशाला दुसरं कोणी नाही, तो स्वतःच कारणीभूत आहे हे कधी त्याच्या लक्षातच येत नाही.

ज्या दिवशी त्याला हे स्पष्ट होईल, हे निश्चित होईल, की त्याला नेमकं काय पाहिजे, तेव्हा त्याच्यासमोर लगेच सगळं मार्गदर्शन खुलं होईल. मग तो आपोआप योग्य पावलं उचलायला लागेल आणि एक दिवस अचानक त्याला असं आढळेल, की तो त्या ध्येयाप्रत पोहोचलेला आहे! हे सगळं कसं झालं कळलंच नाही असंच तो म्हणेल. अशा अवस्थेत पोहोचण्यासाठी तो कुठे कुठे दुतर्फी प्रार्थना करतो यांवर माणसाने मनन करायला हवं.

सातवी बाधा : माणसाचा अहंकार

माणसाची अहंकारी वृत्ती, हे मार्गदर्शन मिळवण्यातला सगळ्यांत मोठा अडथळा आहे. या अहंकारामुळे त्याला असं वाटतं, समजा सगळ्या जगात फक्त दीडच बुद्धी आहे, ज्यातली एक त्याच्याजवळ आहे आणि बाकीची अर्धी सगळ्या जगातल्या लोकांमध्ये वाटली गेली आहे. तोच सगळ्यात बुद्धिमान, ज्ञानी, समंजस, सुंदर आणि चाणाक्ष आहे असं तो समजतो. अशाप्रकारे माणसाचा हा अहंकार आपल्याकडे येत असलेलं मार्गदर्शन थांबवतो.

मार्गदर्शन मिळवण्यासाठी माणसाला आपल्या नाही, तर ईश्वराच्या

बुद्धीवर भरवसा ठेवला पाहिजे. अहंकाराच्या आहारी जाऊन बुद्धीलाच सर्वश्रेष्ठ मानू नका. त्यापेक्षा आपली बुद्धी मर्यादित असून ईश्वराची बुद्धी अमर्यादित आहे असं माना. आपल्या प्रत्येक कामात ईश्वराला प्रथमस्थानी ठेवा. ईश्वरावर पूर्ण विश्वास ठेवा आणि मग बघा तो आपल्याला कशी योग्य दिशा दाखवून आपल्या प्रयत्नांना यश देतो ते!

वडील : अरे!! तू तुझं डोकं बल्बला का घासतोयस?
मुलगा : मी माझ्या डोक्यात उजेड पाडतोय.
ईश्वर : सत्य प्राप्तीसाठी कुठलाही शॉर्टकट वापरू नका.

अध्याय ४

मार्गदर्शन मिळवण्याची तयारी करण्याच्या सात पद्धती

दिव्य योजना

ईश्वरानं आपल्याला निर्माण केलेलं आहे आणि तो आपल्यावर खूप प्रेम करतो. आपल्याला सर्वश्रेष्ठ ते मिळावं अशीच त्याची कामना आहे. आपण त्याच्या इच्छेनुसार जीवन जगू लागताच आपल्याला कळेल, की पृथ्वीवर येण्याचं आपलं उद्दिष्ट काय आहे आणि ते कसं पुरं करता येईल.

आपलं जीवन दिव्य योजनेप्रमाणं चाललेलं आहे, परंतु आपण त्यापासून अनभिज्ञ आहोत. म्हणूनच आपण समस्या आणि दुःखाच्या दुष्टचक्रात अडकून राहतो. योग्य मार्गदर्शन ग्रहण केल्यावरच तुम्ही समस्येचं मूळ कारण जाणून, त्याला शिडी बनवून जीवन सुलभ करू शकाल तेव्हा या दुष्टचक्राचं हास्यचक्रामध्ये परिवर्तन होईल. चला तर मग ही दिव्य योजना जाणून स्वतःला तयार करण्याच्या सात पद्धती शिकूया.

१. झाकली मूठ उघडा

ईश्वराचं मार्गदर्शन प्राप्त करण्यासाठी आपल्याला याचकासारखं वागलं पाहिजे. त्यासाठी पहिल्यांदा आपल्याला , मार्गदर्शनाची गरज आहे याची जाणीव झाली पाहिजे 'मी सर्वश्रेष्ठ आहे आणि मला सगळं काही माहिती आहे' या

भ्रमातून बाहेर यायचं आहे. या विचारामुळे आपली मूठ झाकली जाते. जरी आपली मूठ सव्वा लाखाची असली तरी काही कामाची नाही. झाकल्या मुठीनं आपण काहीच ग्रहण करू शकत नाही. ईश्वराचं मार्गदर्शन मिळवण्यासाठी प्रथम मूठ उघडा, म्हणजे ईश्वराला कळेल तुम्ही त्याला काही मागत आहात. मूठ उघडून प्रार्थना करा.

२. जीवनाच्या गाडीची काच साफ ठेवा

समजा आपण थंडीत रात्री गाडी चालवत आहात. अचानक धुकं आलं आणि गाडीच्या काचेवर पसरलं, तर काय होईल? गाडीची काच धुरकट होईल, पुढचं काही दिसणार नाही. अशावेळी दुर्घटना होण्याची शक्यता असते, म्हणून आपल्याला गाडी हळू चालवावी लागते. त्यामुळे आपल्या गतीमध्ये अडथळा येतो. जेव्हा ही काच साफ होईल, तेव्हाच प्रवास सुलभ आणि वेगात होईल. तसंच या संसाररूपी धुक्यात आपल्या जीवनाच्या गाडीची काच नेहमी स्वच्छ, साफ ठेवा.

काच म्हणजे मनाचा पडदा. जर मनाचा पडदा खराब असेल, त्यावर दव साठलेलं असेल, तर जीवनाची वाट स्पष्टपणे दिसणार नाही, मार्गदर्शन मिळण्यात अडचण येईल. हे धुकं काचेवरून साफ करण्यासाठी माणसानं ध्यान केलं पाहिजे. त्यामुळे मनावर बसलेली धूळ साफ होईल. स्वतःला तयार करण्यासाठी, अंगी क्षमता येण्यासाठी आपल्याला मौनात राहायला शिकलं पाहिजे. ध्यान केलं पाहिजे. गडबडीत मार्गदर्शन मिळवणं मुश्कील असतं. ईश्वराचं मार्गदर्शन प्राप्त करायचं असेल तर कोऱ्या कागदासारखं बनलं पाहिजे. तरच ईश्वर त्याच्यावर काही लिहू शकेल. तुमच्या कागदावर जर जागाच नसेल तर ईश्वर त्याच्यावर कसं लिहिणार? मनाचा समुद्र शांत होईल तेव्हाच ध्यान करायला ते पूर्णतः तयार होईल आणि तुम्ही ईश्वरीय मार्गदर्शन ग्रहण करू शकाल.

३. धर्मसाहित्य वाचा

ईश्वर आपल्या नावावर चिठ्ठी लिहून नाही मार्गदर्शन करत. तो आपल्या वाटेवर साइनबोर्डही नाही लावत, 'ही वाट बरोबर आहे, याच्यावरूनच चला.'

तो तर आपल्याला संकेत देतो. संकेत मिळवण्यासाठी आपल्याला धर्मसाहित्य आणि प्रेरणादायी पुस्तकं वाचली पाहिजेत. जेव्हा आपण नियमितपणे वाचनाची सवय करून घ्याल तेव्हा ईश्वराला मार्गदर्शन करणं सहज सुलभ होतं.

धर्मसाहित्य वाचताना आपली नजर अचानक अशा काही वाक्यांवर पडेल, जी आपल्या समस्यांची उत्तरं असतील. ही सुद्धा ईश्वराच्या मार्गदर्शनाची पद्धत आहे. कधी कधी एखादी ओळ आपल्या हृदयाला स्पर्शून जाते कारण त्यात आपल्याला आपल्या जीवनाची छटा दिसते. जर तुम्ही संवेदनशील असाल तर तुम्ही हे संकेत लगेच समजू शकाल.

४. सत्याची संगत धरा

नेहमी चांगल्या लोकांच्या, सत्याच्या संगतीत राहा. ईश्वर वेगवेगळ्या माध्यमातून तुमच्यापर्यंत संदेश पोहोचवत असतो. कधी एखाद्या मित्राचा सल्ला... एखाद्या आध्यात्मिक गुरूंचे शब्द... तर कधी एखाद्या गाण्याचे बोल याद्वारे तुमच्यापर्यंत संदेश पोहोचवला जातो. काही वेळा कुणाशी तरी विचार-विनिमय करताना तुम्हाला आपल्या समस्या सोडवण्याचा मार्ग गवसतो, तर कधी एखाद्या प्रवचनातून आपल्याला अशी महत्त्वाची गोष्ट ज्ञात होते ज्याची तुम्हाला गरज असते. फक्त यासाठी आपल्याला चांगल्या लोकांबरोबर, चांगल्या मुद्द्यांवर अर्थपूर्ण चर्चा करायला हवी. गप्पा मारताना, तक्रारी करताना, निंदा-नालस्ती करताना मार्गदर्शन मिळू शकत नाही. नकारात्मक लोकांबरोबर उठ-बस करून कधीही मार्गदर्शन मिळू शकत नाही. म्हणून नेहमी सकारात्मक लोकांबरोबर उठ-बस ठेवा. सत्याच्या संगतीत राहा.

५. जागरूक व्हा

तुम्हाला ईश्वराचं मार्गदर्शन मिळवायचं असेल, तर त्यासाठी सतत जागरूक राहिलं पाहिजे. ईश्वर कुठल्या माणसाच्या किंवा पुस्तकाच्या माध्यमातून संदेश पोहोचवतोय, याबद्दल सजग राहिलं पाहिजे. सतर्क राहाल तरच ईश्वराचे संदेश तुम्हाला समजू शकतील. जागरूक राहिल्यावर आपल्याला कधी स्वप्नातून मार्गदर्शन मिळेल, तर कधी कुणाच्या बोलण्यातून, कधी कधी योगायोगातून

घडलेल्या घटनांमधून योग्य मार्ग दिसेल तर कधी दरवाजा बंद झाल्यामुळेही मार्गदर्शन मिळेल. हे सगळे ईश्वरीय संकेत आहेत, जे मार्गदर्शनाच्या रूपात मिळतात.

ईश्वर केवळ बाहेरूनच नाही तर आतूनही मार्गदर्शन देत असतो. अंतरात्म्याचा आवाज हळू असला तरी बुद्धिमत्तेनं भारलेला असतो. अंतरात्म्याच्या मृदू आवाजाबद्दल नेहमी संवेदनशील राहा.

६. प्रत्येक चुकीतून मार्गदर्शन घ्या

एकदा एका कंपनीत नवीन मॅनेजर ठेवला गेला. मॅनेजर योग्य होता म्हणून मालकानं त्याला सगळे अधिकार दिले. पण त्या मॅनेजरकडून एक मोठी चूक झाली. त्यामुळे कंपनीचं लाखोंचं नुकसान झालं. मॅनेजर राजीनामा घेऊन मालकाकडे गेला आणि म्हणाला, माझ्या चुकीमुळे एवढं मोठं नुकसान झालंय, त्यामुळे मी कंपनी सोडून जात आहे.' मालकानं ते राजिनामापत्र फाडत म्हटलं, 'तुला हा धडा शिकवायला कंपनीचे हजारो डॉलर खर्च झाले आहेत. या धड्याबरोबर आता आम्ही तुलाही कसं काय जाऊ देणार? तू इथंच राहशील, कारण या लाखो डॉलरच्या मौल्यवान धड्यामुळे भविष्यात कंपनीला फायदाच होईल. मी एवढा किमती धडा घेऊन तुला इथून जाऊ देऊ शकत नाही.'

मालकाचा हा विश्वास बघून मॅनेजरची उमेद वाढली आणि काही काळातच त्यानं आपल्या कंपनीला हजारो डॉलर्सचा फायदा करून दिला.

प्रत्येक चुकीतून धडा मिळतोच आहे. पण जोपर्यंत आपण आपली चूक मान्य करत नाही तोपर्यंत तो आपल्याला मिळत नाही इतकंच. आपण दुसऱ्याला दोष देत राहून, आपला धडा शिकू शकत नाही, परिणामी त्याच त्या किंवा तत्सम चुका वारंवार करत राहाल. निसर्गाला आपल्याला शिकवायचं असतं, म्हणून तो वारंवार तशी परिस्थिती आणतो. जोवर आपण धडा शिकत नाही तोवर परिस्थिती बदलणार नाही. आपली चूक मान्य करून नैसर्गिक मार्गदर्शन प्राप्त केलं, तर भविष्यात तशी परिस्थिती पुन्हा निर्माण होणार नाही.

७. भविष्याच्या मार्गदर्शनासाठी भूतकाळाकडे पाहा

भविष्याच्या मार्गदर्शनासाठी भूतकाळाकडे पाहा, विश्लेषण करा, समीक्षा करा. पहिल्यांदा जेव्हा अशी परिस्थिती आली होती तेव्हा काय झालं होतं, हे तपासून बघा. जी घटना आता घडत आहे, त्याच्या विश्लेषणासाठी इतिहासात जा, जेव्हा अशा प्रकारची परिस्थिती आली होती. जे लोक व्यापारात गुंतवणूक करतात, ते टेक्निकल चार्ट बघून भविष्यात काय होण्याची शक्यता आहे याचं अनुमान काढतात. व्यापार जगतातील महारथींना माहिती असतं, की भूतकाळाचीच पुनरावृत्ती होत असते. आपल्यालासुद्धा भविष्याच्या मार्गदर्शनासाठी जागरूकतेचा आधार घ्यायचा आहे. विचारपूर्वक काम न करण्याच्या विचाराला विरोध करायचा आहे.

तुम्ही जर भूतकाळाचं विश्लेषण केलं तर तुम्हाला वर्तमानकाळात योग्य मार्गदर्शन मिळेल. याचाच अर्थ कोणतीही समस्या उद्भवताच अशा स्थितीमध्ये पूर्वी काय झालं होतं, असा विचार करा. आपण या स्थितीत पूर्वी ज्या गोष्टी केल्या होत्या त्याचा चुकीचा परिणाम झाला होता, म्हणजे आपल्याला आता त्या करायच्या नाहीत. समजा चांगला परिणाम मिळाला असेल तर याचाच अर्थ आता पुन्हा आपल्याला तसंच करायचं आहे.

आपण भूतकाळातल्या अनुभवातूनच मार्गदर्शन घ्यायचं असं मात्र नाही. आपण जर जागरूक असाल तर इतरांच्या अनुभवातूनही मार्गदर्शन प्राप्त केलं जाऊ शकतं.

पेशंट : मला प्रत्येक वस्तू दोन दोन दिसतात.
डॉक्टर : तुम्हा चौघांनाही हाच आजार आहे का?
ईश्वर : डॉक्टरांनी आधी स्वतःवर उपाय करावा. स्वतःचा इलाज करता करता इतरांवरही इलाज करावा.

अध्याय ५

मार्गदर्शनाची सात पावलं

पहिलं पाऊल: ईश्वराशी नातं जोडा – ईश्वर कोण मी कोण

सगळ्यांत महत्त्वाची गोष्ट प्रथम लक्षात घेतली पाहिजे, ती म्हणजे ईश्वराला कशी मदत कराल. जेणेकरून तो आपल्याला मदत करू शकेल. यासाठी सात पावलं आहेत. पहिल्या पावलावर ईश्वराशी नातं जोडून स्वतःला ओळखायचं आहे. ईश्वर आपल्याला जे मार्गदर्शन करत आहे ते तुम्ही कसं ग्रहण करत आहात? कसं आत्मसात करत आहात? ईश्वराचं आणि आपलं नातं काय आहे?

ईश्वराला एका दुकानदाराप्रमाणे समजा. ईश्वर दुकानदार आहे आणि तुम्ही ग्राहक. ग्राहकचा अर्थ जो ग्रहण करतो. आपलं शरीर म्हणजे दुकान म्हणजे दोन कान. आपल्याला खरेदी करताना ईश्वराशी जिकिरी करायची नाही. जेव्हा माणूस अहंकारानं भारलेला असतो तेव्हा तो खूप भाव खातो. तो म्हणतो, पहिल्यांदा हे होऊ दे... ते होऊ दे... मगच मी ईश्वराला मानेन नाहीतर मानणार नाही. अशी जिकिरी ईश्वराशी कधीही करू नका. ईश्वर जो मागेल तो भाव दिला पाहिजे. ईश्वर आपल्याला दोनच भाव मागतो, एक विश्वासभाव आणि दुसरा प्रेमभाव. हे दोनच भाव आहेत, जे त्याला हवे असतात. ज्यांना प्रकट (रिलीज) करायलाच माणूस पृथ्वीवर येतो. हे प्रकट झाल्यावर चमत्कार होतात.

लोक दूर डोंगरावरच्या मंदिरात जातात तेव्हा त्यांचा विश्वास प्रकट होऊन परिणामकारक ठरतो. विश्वासाचा भाव आपल्या अंतर्यामी आधीपासूनच आहे. फक्त तो प्रकट झालेला नाही इतकंच. जे चित्रपट रिलीज होत नाहीत, ते डब्यातच बंद राहतात. त्यांचा काही फायदा होत नाही. कुठे आपलाही विश्वास आणि प्रेम डब्यात तर बंद नाही ना? त्यालाच उघडायचं आहे, जागृत करायचं आहे.

अज्ञानामध्ये माणूस ईश्वराचं मार्गदर्शन समजू शकत नाही. ईश्वर पदोपदी, दररोज, प्रत्येक घटनेमध्ये, प्रत्येक समस्येमध्ये मार्गदर्शन देत आहे. पण माणूस ग्राहक नाही बनला, ग्रहणशील नाही बनला तर तो ते घेऊ शकत नाही.

शरीराची विविध रूपं :

आपलं शरीर दिवसभर वेगवेगळी रूपं घेतं आणि त्या त्या रूपानुसार वेगवेगळ्या गोष्टी ग्रहण करतं. पण आपण शरीर नाहीच फक्त शरीराच्या माध्यमातून काम करत आहोत ही जाण नेहमी ठेवायला हवी.

एवढं नक्की लक्षात ठेवा, की दिवसभर आपलं शरीर वेगवेगळी रूपं घेतं. दिवसातून दोन तीन वेळा जेव्हा तुम्ही जेवायला बसता तेव्हा शरीर डायनिंगरूम होतं. रात्री झोपताना शरीर बेडरूम होतं. आपण शाळा, कॉलेजात जातो तेव्हा ते होतं क्लासरूम. टीव्ही बघतो तेव्हा ते थिएटर होतं आणि हेच शरीर ऑफिसमध्ये केबिनचंही काम करतं. अशाप्रकारे शरीर वेगवेगळ्या ठिकाणी विविध कार्य करत राहातं.

तुम्ही ध्यानाला बसताच ते ध्यानगृह होतं. तुम्ही सत्संगाला जाता, तेव्हा हेच शरीर मंदिर बनतं, मशीद होतं, गुरुद्वार होतं, चर्च होतं.

शरीर जेव्हा मंदिर बनतं तेव्हा ते जास्तीत जास्त ग्रहणशील होऊन ईश्वराचं मार्गदर्शन घेऊ शकतं. वेगवेगळी रूपं घेताना शरीर मध्ये मध्ये अवकाशात, मध्यंतरात दुकानही (दोन कान) बनतं.

ईश्वराचं मार्गदर्शन प्राप्त करण्यासाठी ते कधी आपल्याला श्रीकांत बनवतं, कधी मि. नयन तर कधी डॉ. भावेश बनवतं.

श्रीकांत – अंतरीच्या कानाद्वारे मार्गदर्शन

काही लोकांना कानाद्वारे मार्गदर्शन मिळतं. अशा लोकांमध्ये मनाची बडबड तर चालूच राहते, पण मध्ये मध्ये त्यांना ईश्वरीय संदेशही मिळत राहतो. या लोकांचं शब्दांशी जास्त ट्यूनिंग असतं. ही काही बाहेरून ऐकण्याची गोष्ट नव्हे. ते आपल्या आतून ईश्वराचा आवाज ऐकू शकतात. ज्या लोकांना अंतरीच्या कानाद्वारे मार्गदर्शन मिळतं त्यांना श्रीकांत म्हटलं गेलं आहे. एखाद्या महिलेनं असा विचार करू नये, की हे तर पुरुषाचं नाव आहे, असं नाव माझं कसं असू शकतं? या गैरसमजुतीत राहू नका. जो जो माणूस आतला आवाज ऐकू शकतो, तो श्रीकांत आहे. जसं तुम्हाला ठाऊकच आहे, की सकाळी उठल्यावर मनात विचारांची धांदल उडालेली असते आणि अचानक एक आवाज येतो, 'असं असं केलं तर चांगलं होईल.' तुम्ही त्या आवाजाचं अनुसरण करून यश प्राप्त करता. याचाच अर्थ तो होता ईश्वराचा आवाज आणि तुम्ही आहात – श्रीकांत. जे लोक असे संकेत ओळखू शकतात, ते महाकठीण कार्य करून जातात. लोक त्यांची स्तुती करताना थकत नाहीत. पण श्रेय न घेता धन्यवाद भावात राहिल्यामुळे संदेश येण्याची संभाव्यता अधिकच वृद्धिंगत होते.

अशाप्रकारे श्रीकांत असणारे कानाद्वारे मार्गदर्शन प्राप्त करतात.

मिस्टर नयन – चित्रांद्वारे मार्गदर्शन

काही लोक मि. नयन असतात. त्यांना नेहमी चित्रंच दिसतात. ते कुठल्यातरी कामात व्यस्त असतात आणि अचानक एक चित्र समोर येतं. मग ते त्या चित्रानुसार काम करतात. हे मार्गदर्शन सरळ स्रोताकडून (सोर्सकडून) येतं. स्रोत म्हणा, अल्ला म्हणा, ईश्वर म्हणा, चैतन्य म्हणा, सगळं काही तिथूनच दिलं जात आहे आणि प्रत्येक माणसाला दिलं जात आहे. कोणी असं नाही म्हणू शकत की मला काही मार्गदर्शन वगैरे नाही मिळत. सगळ्यांना मिळतं. काही

लोकांना शब्द लवकर लक्षात येत नाहीत. त्यांना चित्रंच अधिक दिसतात आणि लक्षातही राहतात. अशा लोकांना म्हटलं गेलं आहे मि. नयन.

एक माणूस काहीतरी मॉडेल तयार करत असतो. अचानक ते चित्र त्याच्या डोळ्यांसमोर येतं. तो माणूस त्यानुसार काम करायला सुरुवात करतो आणि यशस्वीसुद्धा होतो. पण हे चित्र समोर कसं आलं, माणसाला माहिती नसतं. त्यानं फक्त आपली तयारी दाखवलेली असते. तुम्ही रात्री जेव्हा झोपायला जाता तेव्हा असं म्हणत नाही की मला झोप येईल, तेव्हाच मी बिछान्यावर जाऊन झोपेन! तुम्ही सरळ जाऊन बिछान्यावर पहुडता. म्हणजे तयारी दाखवता तेव्हा झोप आपोआप येते. तयारी दाखवणं हे महत्त्वाचं पाऊल आहे.

काही लोकांना स्वप्नातूनही मार्गदर्शन मिळतं. जेव्हा सुईचा आविष्कार झाला नव्हता तेव्हाची ही गोष्ट आहे. शिलाई करण्यामध्ये अनेक अडचणी होत्या. एखाद्या टोकदार वस्तूनं छिद्र पाडून त्यात दोरा ओवला जात होता. एका माणसानं विचार केला, असं काय करता येईल की टोकदार धातूबरोबर धागाही जाईल! अचानक एके दिवशी स्वप्नात त्याला उसाच्या शेतात सगळ्या उसांच्या डोक्यावर छिद्र दिसलं. उस बघून त्याला टोकदार धातूच्या डोक्याजवळ छिद्र पाडण्याची युक्ती सुचली आणि अशा प्रकारे सुईचा आविष्कार झाला.

सगळ्यांच्या शरीररचनेनुसार, तयारीनुसार काही गोष्टी त्यांच्यात प्रबळ असतात, जागृत असतात. काही लोकांमध्ये श्रीकांत, काहींमध्ये मि. नयन तर काहींमध्ये डॉ. भावेश जागृत असतो.

डॉ. भावेश – तरंगांद्वारे मार्गदर्शन

भावेश म्हणजे ज्यांना तरंग जाणवतात. एखादं चांगलं काम करायला गेलं तर विशेष तरंग जाणवतात. यांना शब्द लक्षात येत नाहीत आणि चित्रही. यांना आतले भाव मार्गदर्शन देतात. तुम्ही कुणालातरी भेटायला जाता आणि आत उमटणाऱ्या तरंगांवरून तुम्हाला कळतं, समोरचा माणूस चांगला आहे. तुमची त्याच्याशी काही ओळख-पाळखसुद्धा नसते तरीसुद्धा तुमचं ट्यूनिंग त्यांच्याशी

चांगलं जमतं. काही महावाक्यं ऐकून असे तरंग उमटतात, 'हो, हे माझ्यासाठीच आहे.' का...? हे शब्दात समजत नाही, याचा अर्थ तुम्ही आहात डॉ. भावेश. भावेशच्या पुढं डॉक्टर यासाठी लावलं गेलं कारण असे लोक दुसऱ्यांची व्हायब्रेशन्स समजू शकतात. ते नर्स, डॉक्टर अशासारख्या व्यवसायात जातात आणि यशस्वी होतातही.

इंटरव्ह्यू घेणाऱ्यांना जर असे व्हायब्रेशन्स आले तर त्यांचं काम सोपं होतं. कंपनीमध्ये हजारो लोक इंटरव्ह्यू द्यायला येतात. प्रश्न विचारून विचारून पात्र उमेदवाराला निवडायचं असतं. अशावेळी डॉक्टर भावेश व्हायब्रेशन्सच्या साहाय्यानं लगेच निवड करू शकतात.

आता आपल्याला हा विचार करायचा आहे, या तिघांपैकी आपण कोण आहात? श्रीकांत, मि. नयन की डॉ. भावेश? असंही असू शकतं, की आपल्यापैकी कुणाकडे दोन गोष्टी आहेत. एक गोष्ट जागृत झालेली आहे आणि एक प्रबळ आहे. कोणी श्रीकांत आहे पण त्याच्यातला नयनसुद्धा हळूहळू प्रबळ होत आहे. काही लोकांमध्ये दोन गोष्टी दिसतात - एक प्रबळ आहे, तर एक जागृत आहे.

जसं काही लोक वात प्रकृतीचे असतात, काही कफ प्रकृतीचे तर काही पित्त. पण काही लोक दोन प्रकृतीचे असतात. अशाप्रकारे काही लोक नयनकांत असू शकतात किंवा भावेशकांतही असू शकतात. पण थोडक्यात येथे आपल्याला हे समजायचं आहे, की या तिघांपैकी आपण कुठल्या श्रेणीत मोडतो? निसर्ग आपल्याला कसं मार्गदर्शन करतो, हे ओळखायला शिकायचं आहे.

मालक : बागेत रोपांना पाणी घातलं की नाही?

नोकर : नाही, बाहेर पाऊस पडतोय.

मालक : कामचुकार कुठला! छत्री घेऊन जा!

ईश्वर : छत्री हटवा, बेहोशी घालवा.

अध्याय ६

दुसरं पाऊल : जे काही कराल ते हसूनच
सुखद आणि सकारात्मक वातावरण बनवा

आपला विश्वास आणि प्रेमभावना प्रकट करायला आपल्याला दुसरं पाऊल उचलावं लागेल आणि ते म्हणजे 'जे काही कराल, ते हसूनच!' म्हणजे आपल्या आजूबाजूला नेहमी आनंदाचं, खुशीचं, सुखद आणि सकारात्मक वातावरण निर्माण केलं पाहिजे. जेव्हा माणूस हसतो, तेव्हा तो खुशी अनुभवतो. तो खुश झाला तर सर्वांबद्दलचं त्याचं प्रेम आणि विश्वासभाव सहज प्रकट होतो. जणू हसून तो ईश्वराला सांगत असतो, 'तू माझं जे करतोयस ते योग्य करतोयस म्हणून मी हसत आहे. माझा तुझ्यावर विश्वास आहे, माझा लोकांवर विश्वास आहे आणि मी सगळ्यांवर प्रेम करतो, हेच माझ्या हसण्यातून व्यक्त होतं.

एक वडील आपल्या मुलाला म्हणतात, 'उद्या मी तुझ्यासाठी दुकानातून सायकल आणीन.' हे ऐकून तो मुलगा आनंदानं उड्या मारायला लागतो. त्याच्या मनात बाबा उद्या खरंच सायकल आणून देतील की नाही अशी शंकाच येत नाही. त्याच्या मनात कसलाही अविश्वास नसतो. ईश्वरावर असाच बालसुलभ विश्वास असायला पाहिजे. सर्व धर्मग्रंथांमध्ये ईश्वरानं असाच संदेश दिला आहे, 'पृथ्वीवर प्रेम, पैसा, समृद्धी, आनंद, मौन, साहस भरपूर प्रमाणात उपलब्ध आहे. कुठल्याही

गोष्टीची कमतरता नाही. तरीसुद्धा माणूस जर विश्वास ठेवू शकत नसेल, तर ती त्याची चूकच नव्हे का? माणसामध्ये अशा प्रकारचा विश्वास प्रकट करण्याचा योग्य मार्ग आहे. 'जे काही कराल ते हसूनच' म्हणजे कुठलंही कार्य करा, खुशीनं, हसत करा.

याचा अर्थ असाही आहे की 'जे करशील ते हंस बनून कर.' हंस बनून मोती शोध. अर्थात हंस बनल्यानंतर रडत-खडत काम करायचं नाही, इतरांना धोका द्यायचा नाही, कपट करायचं नाही तर हंसाप्रमाणे हसत हसत सत्कर्म करायचं आहे, म्हणजे आपलं हास्य दुसऱ्याच्या हृदयापर्यंत पोहोचेल.

'हास्य' आपल्या जीवनाचा अविभाज्य हिस्सा आहे, महत्त्वाचा भाग आहे. हसण्यामुळे खुशीचा संचार होतो. खुश राहण्यामुळे आपल्या आजूबाजूच्या वातावरणावर तर सुखद प्रभाव पडतोच, शिवाय आपल्या आंतरिक वातावरणावरसुद्धा चांगला प्रभाव पडतो. आज माणसांमध्ये हसण्याची प्रवृत्ती कमी झालेली दिसते. बघावं तिथे लोक एकमेकाची तक्रार करण्यात, उणीदुणी काढण्यात दंग असतात, निंदा नालस्ती करतात आणि आपलं रडगाणं ऐकवत राहतात. आजकाल रडणं हा आपला मूळ स्वभाव झालेला आहे आणि हसण्यासाठी आपल्याला एखाद्या कारणाची गरज पडते. आज माणूस कारणाशिवाय हसायला तयार होत नाही.

सुखद विचारांमुळे सुखद गोष्टी

दिवसभर खुश राहिल्यानं, आपलं प्रेम आणि विश्वास प्रकट केल्यानं आपल्या जीवनात खूपशा चांगल्या गोष्टी व्हायला लागतील. कारण तुम्ही चुंबक बनून चांगल्या गोष्टी आपल्याकडे आकर्षित करू लागाल. हसत काम केल्यामुळे आकर्षणाचा नियम सक्रिय होतो. खुश माणूस चुंबक बनतो, परीस बनतो. दु:खी माणूस पितळ बनतो. पितळ बनून माणूस आपल्या जीवनात नकारात्मक गोष्टीच आकर्षित करतो आणि चुंबक बनून तो सकारात्मक गोष्टी आकर्षित करतो.

आनंदच माणसाला चुंबक बनवतो. माणसाला माहिती नसतं, की या चुंबकीय शक्तीनं तो काय काय आकर्षित करू शकतो. कारण दुःखी होऊन जे आकर्षित करायचं होतं ते सगळं त्याच्या जीवनात यापूर्वीच आलेलं आहे.

आपल्या जीवनात ज्या चांगल्या गोष्टी आलेल्या आहेत, त्या कधीतरी थोडं फार खुश झाल्यामुळेच आलेल्या आहेत. जसं टीव्हीवर एखादा चांगला कार्यक्रम बघितला... एखाद्या प्रिय व्यक्तीची भेट झाली... कुणाच्या घरी लग्नाला जाणं झालं... मित्रांबरोबर फिरायला गेलात... अगदी इथपर्यंत की मांजराच्या पाठीवरून प्रेमानं हात फिरवलात... आपल्या कुत्र्याला चुचकारलं... या छोट्या छोट्या घटनांमुळेही आपल्या जीवनात काही सकारात्मक घडलेलं आहे.

त्यामुळे कधीही अशी शंका बाळगू नका, की माझ्या रडण्यामुळेच हे घडलेलं आहे. माझ्या रडण्यामुळेच कुणीतरी माझ्यावर दया दाखवली आहे. खरं म्हणजे छोट्या छोट्या गोष्टीवर खुश झाल्यामुळेच आपल्या जीवनात काही आकर्षित झालं आहे. पण माणसाला हे दिसत नाही. म्हणून तो जेव्हा तेव्हा दुःख साजरं करू लागतो आणि हसणं विसरून जातो.

हसण्याचेसुद्धा काही प्रकार आहेत म्हणून प्रथम हे लक्षात घ्यायला हवं, की आपलं हास्य कसं असायला पाहिजे आणि सध्या ते कसं आहे!

हास्याचे चार प्रकार

१. ओठातलं हास्य

२. बुद्धियुक्त हास्य

३. विवेकयुक्त हास्य

४. हृदयातून हास्य

१. ओठातलं हास्य

हे हास्य फक्त ओठांपुरतंच मर्यादित असतं. याचाच अर्थ, ते हास्य

हृदयातून येत नाही, फक्त ओठांतून येतं. हे हास्य सामान्यतः नकारात्मक असतं. यात लोक कुणाला तरी चिडवून, त्रास देऊन, कुणाची तरी नक्कल करून, टिंगल करून हसण्याचा आनंद घेतात. कसं ते एका उदाहरणातून समजून घेऊया.

काही मित्र जेवत होते. जेवणात वांग्याची भाजी होती. एक मित्र म्हणतो, 'वांगं खाल्ल्यामुळे माणूस पुढच्या जन्मी गाढव होतो.' यावर दुसरा मित्र उत्तर देतो, 'याचा विचार तर तुला मागच्या जन्मीच करायला पाहिजे होता.'

बघितलं, इथं काय झालं? एक मित्र दुसऱ्याला चिडवण्यासाठी काहीतरी म्हणतो आणि दुसरा चोरावर मोर होतो. खरं हास्य जेव्हा हरवतं, तेव्हा अशा तऱ्हेचं हास्य उरतं. (ओठातल्या हास्याबद्दल सविस्तर माहितीकरिता वाचा - याच पुस्तकातील खंड दुसरा, अध्याय १७)

२. बुद्धियुक्त हास्य

दुसऱ्या प्रकारचं हास्य आहे, बुद्धियुक्त हास्य. हे ओठातल्या हास्यापेक्षा एक पायरी वर आहे. याच्यात तुम्ही दुसऱ्या कुणाला चिडवून हसत नाही तर हसण्यासाठी बुद्धीचा उपयोग करता. याचं एक उदाहरण बघा. हायवेवर एक बोर्ड लावला होता: ज्यांना जाण्याची घाई होती, ते कधीच गेलेले आहेत. किती बौद्धिक गोष्ट आहे? हे समजण्यासाठी बुद्धीच पाहिजे. हे वाचणाऱ्यानं जर बुद्धीचा वापर केला तर तो हसायला लागेल. या वाक्यात किती सुबक पद्धतीनं सांगितलेलं आहे की लोक घाई-गडबडीत अपघात करून बसतात, म्हणजे जे घाई-गडबडीमध्ये गाडी चालवत होते, ते या जगातून गेलेले आहेत. मेलेले आहेत, म्हणून तुम्ही गाडी हळू चालवा हा यामागचा मूळ संदेश होता. हा संदेश वाचून तुम्ही हसाल. (बुद्धियुक्त हास्याबद्दल सविस्तर माहितीसाठी वाचा - याच पुस्तकातील खंड दुसरा - अध्याय १८)

३. विवेकयुक्त हास्य

बुद्धी जेव्हा सात्त्विक असते, तिच्यात जेव्हा प्रगल्भता येते, तेव्हा विवेकानंद जागृत होतो. जीवनाचं रहस्य माहिती झाल्यानंतर, घटना कशाही घडोत, तुम्ही

सचेत राहून त्याच्याशी मुकाबला करता तेव्हा तुमच्यातील विवेकानंद जागृत होतो. अशावेळी आपलं मूळ लक्ष्य याच्यावर असतं, नेमकं सत्य काय आहे? ज्याला आपण मृत्यू मानलं, तो वास्तवात मृत्यू आहे? शेवटी दुःख कशाचं आहे? अशा प्रकारे जेव्हा विवेकाचा आनंद (विवेकानंद) जागृत होतो, तेव्हा विवेकातून हास्य उमटतं. (विवेकयुक्त हास्याबद्दल सविस्तर माहितीसाठी वाचा - याच पुस्तकातील खंड दुसरा, अध्याय १८)

४. हृदयातून हास्य

हृदयात डुबकी मारून एखादा विचार येतो, तेव्हा हृदयाची खुशी मिळते. डोक्यात चाललेल्या विचारांतून तशी खुशी मिळत नाही कारण डोक्यात विचार आहेत आणि हृदयात आहे 'मौन'. विचार ज्यावेळी त्या मौनात प्रवेश करतील तेव्हा खरं हासू फुटेल. जेव्हा माणूस स्वतःला ओळखतो, तेव्हा खरं हास्य प्रस्फुटित होतं. 'मी कोण आहे?' हे समजून घेताच त्याचे सगळे विचार तेजस्थानातून म्हणजे हृदयातून येऊ लागतात. हा मौन आनंद आहे. ही विवेकानंदाच्या एक पाऊल पुढची अवस्था आहे. (हृदयातल्या हास्याबद्दल सविस्तर माहितीकरिता वाचा - याच पुस्तकातील खंड दुसरा, अध्याय १९)

आपल्या हास्याचा स्तर उंचवा

चार प्रकारची हास्यं समजून घेतल्यानंतर आपल्याला पडताळून बघितलं पाहिजे, की आपलं हसणं कुठल्या स्तरावरचं आहे? आपल्या डोळ्यांवरून लक्षात येतं, तुम्ही ओठांतून हसताहात, बुद्धीतून हसताहात, विवेकातून हसताहात की हृदयातून! डोळे आपल्या अंतर्यामी जीवनाची, हृदयाची खिडकी आहे. त्यातून आपलं हसू कुठल्या प्रकारचं आहे हे लक्षात येतं. आपल्याला हास्य आनंदाचं वातावरण तयार करायचं आहे. ध्येय आहे विश्वास प्रकट करून हृदयातून हास्य आणणं. हृदयाच्या हास्यापर्यंत जर आपण पोहोचू शकलो नाही तर कमीत कमी विवेकाचं हास्य तरी नक्की आणा. ओठातल्या हास्यात अडकून राहू नका. त्यापुढे मार्गक्रमण करायचं आहे.

स्वतःवर हसणं शिका

दुसऱ्याची थट्टा करून हसणं, हे सर्वांत खालच्या पायरीवरचं हास्य आहे. ही सर्वांत हानिकारक आणि नकारात्मक पायरी आहे. इथून वर येणं खूप गरजेचं आहे. जर कुणावर हसायचंच असेल, तर सर्वप्रथम स्वतःवर हसायला शिका. आपल्या चुकांवर हसायला शिका. स्वतःवर हसणं आपल्याला हृदयावर घेऊन जातं. जर तुम्ही स्वतःची चूक मान्य करून त्याच्यावर हसण्याऐवजी, स्वतःला योग्य सिद्ध करण्यासाठी बेंबीच्या देठापासून ओरडायला लागलात, तर तुम्ही डोक्यामध्ये अडकता. म्हणून नेहमी आपल्या चुकीवर हसायला शिका आणि सगळ्यांत मोठ्या चुकीवर सर्वाधिक हसा. माणसाची सगळ्यांत मोठी चूक म्हणजे त्यानं स्वतःला शरीर मानलेलं आहे.

हंसाला जर काळा रंग फासला आणि तो स्वतःला कावळा समजून काव काव करत फिरायला लागला, तर ही किती मोठी चूक ठरेल! ज्यादिवशी त्याची चूक उजेडात येईल, त्या दिवशी जे हास्य येईल ते हृदयातून असेल. त्या दिवशी तो हंसाचा परमहंस बनेल. त्यानंतरच तो 'मी उगाचच स्वतःला कावळा मानत होतो' असंच म्हणत हसेल.. ही तर फक्त एक मान्यता होती, जी तुटली! माणसानंही अगदी असंच स्वतःला शरीर मानलेलं आहे. ही चूक जेवढी लवकर प्रकाशात येईल, तेवढं ईश्वराचं मार्गदर्शन मिळवणं सोपं होत जाईल.

जे काही कराल ते हसूनच

'जे काही कराल ते हसूनच' म्हणजे प्रत्येक काम हसत हसत करा. तुम्ही हसता, त्याच क्षणी केवळ आनंद साजरा करता असं नव्हे. जेव्हा तुम्ही हसता तेव्हा ईश्वराला असं सांगता, ' हे ईश्वरा, मी तुझ्या इच्छेमध्येच खुश आहे. तुझी इच्छा हीच माझी इच्छा आहे. माझा तुझ्यावर पूर्ण विश्वास आहे. तू माझ्यासाठी जे करशील ते चांगलंच करशील.' आपलं हसणं हा कृतीमधला विश्वास आहे, म्हणजे नकळत तुम्ही ईश्वराला दर्शवता, तुमचा त्याच्यावर किती विश्वास आहे ते!

ईश्वर त्याच्या पद्धतीनं, आपल्या चॅनलमधून प्रत्येक गोष्ट तुमच्यापर्यंत पोहोचवत आहे. फक्त तुम्ही जे काही कार्य करत आहात, ते हसत हसत करा आणि हळूहळू आपलं हास्य, हृदयाचं हास्य बनवत राहा. बस्स... हीच ईश्वरावर विश्वास दाखवण्याची आणि मार्गदर्शन मिळवण्याची सर्वाधिक शक्तिशाली पद्धत आहे.

परिवाराचं ब्रीदवाक्य

आपण घरी, आपापसात, कुटुंबात असताना एकमेकाला आठवण करून द्यायची, की 'जे काही कराल ते हसूनच'. हे कुटुंबाचं ब्रीदवाक्य बनवा. प्रत्येक कुटुंबात सगळेजण एकत्र येऊन, आपलं घर कसं असावं? सारे मिळून आपण कसं कार्य करू शकतो? घरी आपण जे काही कराल ते हसत हसत कसं होईल, याविषयी मीटिंग घ्या. ज्यादिवशी पाहुणे येणार असतील तेव्हा अगोदरच ठरवा की आज हे ब्रीदवाक्य नक्की वापरायचं आहे, 'जे काही कराल ते हसूनच.' आपल्याला असं करताना बघून घरातील लहान मुलंसुद्धा त्याच्यात भाग घेतील. तीसुद्धा आपल्याला या मंत्राचं स्मरण करून देतील. आपण कधी नाराज झालात, त्रस्त झालात, दुःखी झालात तर ते आपल्याला आठवण करून देतील, 'जे काही करायचं ते हसूनच.' ही पूर्ण ओळ जरी नाही म्हटली, ( ) मुद्रेप्रमाणे नुसते हात जोडले तरी समोरच्याला संकेत मिळेल.

समोरचा जर रडत असेल, तर तुम्ही त्याच्यासमोर हातांची मुद्रा करा. यातून तुम्ही त्याला सांगत आहात, 'जे काही कराल ते हसूनच.' हात जोडूनही जर त्याच्या लक्षात आलं नाही, तर जोकरची टोपी किंवा कार्टून दाखवा. 'जे काही कराल ते हसूनच' या ब्रीदवाक्याची कुटुंबामध्ये आठवण करून देण्यासाठी अशी एखादी गोष्ट अगोदरच ठरवा. विरुद्ध परिस्थितीमध्ये याचा वापर करून या ब्रीदवाक्याची आठवण करून देत राहा.

संपूर्ण परिवार यासाठी तयार होईल याबद्दल कुठलीही शंका नाही. प्रत्येक माणसाला तर हेच पाहिजे असतं, की कुटुंबात प्रेम असावं, विश्वास

असावा, खुशी असावी, आनंद असावा. जर हे बाहेर प्रकट होत नसेल, आपल्या घरात आनंदाचं, खुशीचं वातावरण नसेल, तर आपण ध्येय ठेवलेलं नाही, त्याचा निर्णय घेतलेला नाही असाच याचा अर्थ होतो. म्हणून परिवारातील सगळ्या लोकांना एकत्र बसून ठरवावं लागेल, की आपल्या परिवाराचे सिद्धान्त काय असतील? जर सगळे सहमत झाले तर कुटुंबात अतिशय प्रेम आणि आनंद येऊ शकतो. शिवाय मार्गदर्शनाचे सगळे रस्ते खुले होतील. ईश्वराला जी मदत आपल्याकडे पाठवायची आहे, ती आपल्यापर्यंत सहजपणे पोहोचेल. हे मानवी संबंधासाठी आणि लोकव्यवहारासाठी अत्यंत आवश्यक आहे.

टीचर : तू माझ्या वर्गात झोपू शकत नाहीस!
विद्यार्थी : तुम्ही जर हळू आवाजात लेक्चर दिलंत तर मी नक्कीच झोपू शकेन.
ईश्वर : बेसावधपणा सोपा आहे, सजग राहणं कठीण आहे, पण गरजेचं आहे.

अध्याय ७

तिसरं पाऊल : अनलॉकिंग - कुलूप काढा

लोकांशी चांगले संबंध ठेवा

तिसरं पाऊल आहे 'अनलॉकिंग.' कुलूप, ज्याला इंग्रजीमध्ये लॉक म्हणतात, ते अनलॉक करायचं. कुठलं कुलूप अनलॉक करायचं? आपल्याला अनलॉक करायचे आहेत जीवनातले सगळे चॅनल्स. ज्या ज्या चॅनल्समधून ईश्वर आपल्याला मार्गदर्शन देत आहे, ते चॅनल्स आपल्याला उघडायचे आहेत. ईश्वर त्या लोकांना लवकर मदत करू शकतो, जे सगळे चॅनल्स उघडे ठेवतात.

टाकीचे सगळे नळ बंद असतील, तर पाणी आलंय की नाही कळणार नाही. त्यासाठी एक नळ चालू ठेवला पाहिजे, म्हणजे पाणी आलेलं कळेल. त्याच प्रकारे ईश्वराचा संदेश आलेला आहे, ही बातमी आपल्यापर्यंत कशी पोहोचेल? यासाठी तुम्हाला आपले चॅनल सुरू ठेवावे लागतील.

चॅनल खुले ठेवायला पाहिजेत म्हणजे नेमकं काय करायला पाहिजे? जरा विचार करा. जर ईश्वराला एखादा संदेश किंवा एखादी गोष्ट आपल्यापर्यंत पोहोचवायची असेल, तर तो ती कशी पोहोचवेल? सरळ आहे, तो कुणाच्यातरी माध्यमातून आपल्यापर्यंत ती गोष्ट पोहोचवेल. आता विचार करा की ईश्वराला ज्या माणसाकडून आपल्यापर्यंत संदेश पोहोचवायचा आहे, त्याच्याशी आपलं

जर भांडण झालेलं असेल, तर तुमच्यापर्यंत ते कसं पोहोचेल? भांडखोर लोकांपर्यंत ती गोष्ट पोहोचवणं ईश्वरासाठी कठीण होऊन जातं.

सगळ्यांबरोबर चांगले संबंध ठेवून ईश्वराला मदत करा म्हणजे तो आपल्याला मदत करू शकेल. याचा अर्थ असाही नाही की लोकांशी जास्त गप्पा मारायच्या. भले जास्त बोलू नका, पण बोलणं बंदही करू नका. काही लोक आपसातल्या मतभेदांमुळे दहा दहा, वीस वीस वर्षं एकमेकांशी बोलत नाहीत. ते आपल्या जीवनातले कितीतरी चॅनल्स बंद करतात. ज्या लोकांनी खूप सारे चॅनल बंद केलेले आहेत, त्यांच्यासाठी तर हे अत्यंत आवश्यक आहे की त्यांनी ते चॅनल लगेच उघडावेत.

आपली नाती जर सगळ्यांशी चांगली असतील, गोड असतील तर एकाजवळ काही महत्त्वाची माहिती आली तर तो लगेच आपल्याला सांगतो. जर नातेसंबंध चांगले नसतील तर तो माणूस आपल्याला सांगत नाही. ईश्वराला तुमच्यापर्यंत जी माहिती पाठवायची असते, ती अगोदर अशा माणसापर्यंत पोहोचते, ज्याच्याशी आपले चांगले संबंध असतील. म्हणजे तो आपल्याला माहिती देऊ शकेल. अशा प्रकारे ती माहिती लांब रस्त्यावरून येत येत, आपल्यापर्यंत पोहोचते. तेव्हा हा लांबचा पल्ला कमी करण्यासाठी चॅनल नेहमी खुले ठेवा.

तुमचे संबंध चांगले असतील तर लगेच कुणीतरी आपल्याला एस. एम. एस. करतं, कोणी फोन करतं आणि आपल्यापर्यंत माहिती पोहोचते असा अनुभव तुम्हाला आलाच असेल. सगळ्यांशी भांडण करून बसलात तर माहिती आपल्या गल्लीपर्यंत पोहोचली तरी आपल्याला त्याचा सुगावाही लागत नाही.

समजा तुम्हाला असं एखादं पुस्तक हवं आहे, जे भारतात उपलब्ध नाही. पण अमेरिकेच्या बाजारात मात्र ते उपलब्ध आहे. तुमचा एक शेजारी पुस्तक विक्रेता आहे. तो ऑर्डर देऊन सहजपणे ते मागवू शकतो. पण समस्या अशी आहे, की तुमचे त्याच्याशी चांगले संबंध नाहीत. मागच्या महिन्यातच

तुम्ही त्याच्याशी भांडलेले आहात. अशात त्याच्याकडून पुस्तक मागवण्यास संकोच कराल आणि जरी तुम्ही त्याला सांगितलंत तरीसुद्धा तुमच्या अशा वागण्यामुळे त्याला ते काम करावंसं वाटणार नाही.

समजा तुमच्या दुसऱ्या शेजाऱ्याचे कुणीतरी नातेवाईक अमेरिकेत राहतात आणि तोसुद्धा पुस्तक मागवू शकतो, पण त्याच्याशीसुद्धा तुमचं भांडण झालेलं आहे. तुमच्या तिसऱ्या एका शेजाऱ्याजवळ तर ते पुस्तक अगोदरपासूनच उपलब्ध आहे. पण त्यालाही तुम्ही दोन महिन्यांपूर्वीच शिवीगाळ केलेली असल्यामुळे तोही तुम्हाला मदत करणार नाही आणि तुम्ही त्याला मदत मागणारही नाही.

या उदाहरणावरून तुमच्या लक्षात आलं असेल, की आपल्या आजूबाजूच्या सगळ्या लोकांशी नाती बिघडवणं म्हणजे मदतीचे सगळे मार्ग बंद करणं. असं करून तुम्ही मात्र ईश्वराची अडचण करून ठेवली आहे, कारण ईश्वराला जे द्यायचं आहे ते कुठल्या माध्यमातून तो तुमच्यापर्यंत पोहोचवणार? आपल्या आजूबाजूच्या लोकांशी आपले संबंध जितके जास्त खराब होतील, तितकेच हवी ती वस्तू मिळण्यासाठी उशीर होईल. जो माणूस व्यवहारकुशल असतो, तो सगळ्यांच्यात मिळून मिसळून राहतो. त्याला पाहिजे ती गोष्ट सहजपणे मिळते कारण त्याने तसे दरवाजे उघडून ठेवलेले असतात.

काही लोक आपल्याला माहिती का मिळत नाही, म्हणून नेहमी त्रस्त असतात. त्यांना राग येतो, पण ते कधी विचार करत नाहीत, 'कुठे माझीच चूक तर नाही? माझ्यापर्यंत माहिती पोहोचत नाही, यासाठी मी स्वतःच तर जबाबदार नाही ना? माझ्या विचारांमध्ये कुठे ब्लॉक, अडथळा, नाहीए ना? माझ्या नातेसंबंधांमध्ये तर अडथळे नाहीत ना?'

पाण्याच्या पाईपमध्ये जर खडा अडकला असेल तर प्रवाहात अडथळा येणारच ना. सगळे खडे निघून गेले तर पाणी अडथळ्याशिवाय तुमच्यापर्यंत पोहोचेल. त्याचप्रकारे तुमच्या जीवनातील सगळे ब्लॉक निघून गेले तर लवकरच तुमच्यापर्यंत सर्व माहिती पोहोचेल.

सूर्य उगवलेला आहे, पण तुमच्या घरात जर प्रकाश येत नसेल, तर याचाच अर्थ आपल्या घराची खिडकी बंद आहे. तुम्हाला फक्त खिडकी उघडायची आहे, बस्स... मदत तर उपलब्ध आहेच. माणूस आपल्या जीवनाचं कुलूप अनलॉक करू शकला नाही तर सगळे रस्ते बंदच राहतील. हे कुलूप काढायचा पासवर्ड काय आहे? हा पासवर्ड आहे एक महावाक्य 'जे काही कराल ते हसूनच!' जेव्हा तुम्ही आनंदात जगाल तेव्हा इतरांशी तुमचे संबंध सुधारत जातील. त्यांच्यासोबत राहून तुम्हाला चांगलं वाटेल. लोकांबरोबर वर्तन करताना काही गोष्टी ध्यानात ठेवा.

१. आपल्यासाठी बुद्धीचा आणि दुसऱ्यांसाठी हृदयाचा वापर करा:

लोकांबरोबर जेव्हा वर्तन कराल तेव्हा हृदयाचा उपयोग करा. स्वतःशी वर्तन करताना बुद्धीचा वापर करा. माणसं नेमकं उलट करतात. ते स्वतःबरोबर हृदयाचा वापर करतात आणि म्हणतात, 'मी किती चांगला आहे! मी ही चूक केली पण त्याच्यामागं कारण होतं.' असं म्हणून तो स्वतःलाच सूट देत राहतो. तो स्वतःला सूट देतो पण समोरच्यानं तीच चूक केली तर त्याला माफ करू शकत नाही. तिथं तो बुद्धीचा वापर करतो. खरं म्हणजे बरोबर उलट व्हायला पाहिजे. स्वतःबरोबर बुद्धीचा वापर करून लोकांबरोबर हृदयाचा वापर करा.

२. आपली क्रिया आणि समोरच्याची भावना बघा:

माणूस अगदी उलट करतो, तो आपली भावना बघतो. त्याला वाटतं, माझी भावना किती चांगली आहे. मी समोरच्याला शिवी दिली तरी काही हरकत नाही कारण माझी भावना खूप चांगली होती आणि मला त्याला सुधारायचं होतं. पण जरा विचार करा, समोरचा माणूस जेव्हा आपल्याला शिवी देतो तेव्हा कसं वाटतं? आपण लगेच रागानं लालबुंद होतो. आपल्याला त्याचं कृत्य दिसतं, त्याच्या भावनेकडे आपण कानाडोळा करतो. व्हायला असं पाहिजे, की आपल्या चुकीच्या वागण्यामागची भावना आपण समजून घेतली पाहिजे. त्याचा तसं

वागण्याचा उद्देश लक्षात घेतला पाहिजे. प्रथम समोरच्याची भावना बघा आणि मग आपली कृती बघा. पण होतं नेमकं उलट. आपण समोरच्याला हे विचारण्याची तसदीसुद्धा घेत नाही, 'तू हे कुठल्या भावनेनं केलंस? यामागे तुझा उद्देश काय होता? खरंच मला त्याला दुःखी करायचं होतं का?' विचारल्यावर समोरचा माणूस आपल्याला सांगेल, 'नाही, माझी अशी भावना अजिबात नव्हती.'

माणूस नेहमी चांगल्या उद्देशांना दुजोरा देत राहतो, 'मला तर तो वर्गात पहिला यावा असंच वाटतं... तो गुणी बनावा असंच मला वाटतं... माझी तरी इच्छा अशीच आहे, की त्यानं मोठा माणूस व्हावं... मला तरी असं वाटतं... माझी भावना किती चांगली आहे!' पण आपल्या क्रियेकडे तो कधी बघत नाही.

एकदा थांबून विचार केलात तर नात्यांच्या गाठी सुटत जातील. मधल्या भिंती पडतील. आपण आपले उद्देश आणि दुसऱ्याची कामं बघतो म्हणून आयुष्यभर आपल्या चांगल्या भावनांचं तुणतुणं वाजवत राहतो. असं न करता आपली क्रिया आणि समोरच्याची भावना बघायला शिका.

३. स्वतःशी कठोर आणि इतरांसाठी नम्र राहा:

आपण स्वतःशी अतिशय सौम्य वर्तन करतो. आपल्याकडून चूक झाली तर चुकून झाली. दुसरीकडे, समोरच्याकडून चूक का झाली असेल, याचा विचार करण्याची तसदीसुद्धा आपण घेत नाही. आपण लगेच त्याच्या उरावर बसतो. आपल्याला मध्यम मार्ग स्वीकारण्याची गरज आहे, जास्त कठोर नाही आणि जास्त सौम्यही नाही. तसं तर आपल्याला स्वतःशी कठोर आणि दुसऱ्यांसोबत सौम्य व्हायला पाहिजे.

बुद्धीचा वापर केलात तर लक्षात येईल, पुढच्या विकासासाठी मला स्वतःला सूट देऊन चालणार नाही. आत्तापर्यंत दिली आहे, माफ केलेलं आहे, पण आता स्वतःसाठी कठोर व्हायचं आहे. याचा अर्थ असा नाही की स्वतःवर प्रेम करायचं नाही. स्वतःवर प्रेम करायचंच, पण पुढच्या विकासासाठी स्वतःकडून

कार्यंही करून घ्यायची आहेत. आपल्या शरीराला विकासाच्या वाटेवर घेऊन जाण्यासाठी एखादा पॅटर्न किंवा चुकीची सवय अडथळा ठरणार नाही, याची काळजी घ्यायची आहे.

जे जे लोक विकासाच्या मार्गावर आहेत, त्यांचा एक छोटासा पॅटर्नसुद्धा बाधा बनू शकतो, त्यांना थांबवू शकतो. नेहमी हे ध्यानात ठेवा की आपले चॅनल कसे खुले राहतील. सगळे लोक आपल्याशी बोलून कसे खुश होतील, आपल्याशी बोलून सगळ्यांना चांगलं कसं वाटेल, त्यांची चेतना वाढली तर आपल्यापर्यंत लवकरच संदेश पोहोचेल.

या पावलावर लोकांच्या भावना समजून घेत कार्य करायचं आहे. डॉ. भावेश व्हायचं आहे.

४. लोकांना समजून घ्या, मग सुधारा :

एका राजानं आपल्या मुलाला शिक्षण घेण्यासाठी गुरूच्या आश्रमात पाठवलं. जेव्हा त्याचं शिक्षण पूर्ण झालं आणि राजा त्याला न्यायला आला, तेव्हा गुरूनं एक विलक्षण गोष्ट केली. त्यानं राजाच्या समोर त्याच्या मुलाची खूप धुलाई केली. राजाचा राग अनावर झाला. त्याला वाटलं, विनाकारण माझ्या मुलाला का मारताहेत? त्या युगात गुरूचा खूप सन्मान केला जात होता म्हणून राजा काही बोलला तर नाही. पण तो आपल्या मनात विचार करत राहिला, याचं कारण काय असावं. राजा मुकाट्यानं त्याच्या मुलाला मारताना बघत होता आणि राजकुमारसुद्धा गपचुप छडीचा मार खात होता. मारून झाल्यावर जेव्हा गुरूनं एका बाजूला छडी फेकली तेव्हा राजानं विचारलं, 'गुरुदेव, तुम्ही असं का केलंत?' गुरू म्हणाले, 'राजन, तुमच्या मुलासाठी हा शेवटचा धडा होता. आज याचं शिक्षण पूर्ण झालंय. इथून गेल्यानंतर तो राजा बनेल. इतर सर्व कामांमध्ये त्याचं एक मुख्य काम म्हणजे लोकांना शिक्षा देणं हेसुद्धा आहे. आज त्याला माहिती झालं, की वेदना काय असते? दुःख काय असतं? त्रास काय असतो?

जेव्हा तो कुणाला शिक्षा देईल तेव्हा हा अनुभव त्याला उपयोगी पडेल. भावी राजासाठी प्रजेच्या दु:ख-वेदना जाणून घेणं गरजेचं आहे.'

नात्यांमध्ये जर आपण एकमेकांच्या भावना समजू शकलो, तर नात्यांचं कुलूप उघडू शकतं म्हणजे ईश्वर आपल्यापर्यंत मार्गदर्शन पोहोचवू शकेल.

मित्र : तू चष्मा का घालतोस? चष्मा घातल्यावर तू अगदी घुबडासारखा दिसतोस.

दुसरा मित्र : काय करू बाबा, चष्मा नाही घातला तर तू मला घुबडासारखा दिसतो.

ईश्वर : घुबड नव्हे, हंस पाहा.

अध्याय ८

चौथं पाऊल : न्यूटन होऊन नवीन शिका

परिवर्तन - लवचिकपणा

चौथ्या पावलामध्ये तुम्हाला काही नवीन शिकायचं आहे, न्यूटर्न घ्यायचा आहे, न्यूटन व्हायचं आहे. म्हणजेच तुम्हाला नवनवीन प्रयोग करायचे आहेत. न्यूटन हा एक लोकप्रिय शास्त्रज्ञ होता, हे आपल्याला माहितीच असेल. ज्यानं झाडावरून सफरचंद पडताना बघून गुरुत्वाकर्षणाचा सिद्धान्त मांडला. न्यूटनच्या समोर झाडावरून सफरचंद खाली पडलं तर त्यानं लगेच हा मेसेज डिकोड केला. समजून घेतला. निसर्ग प्रत्येक माणसाला इशारा करतो, पण माणूस तो इशारा पकडू शकत नाही. त्याला ईश्वराकडून कसं मार्गदर्शन घेतलं पाहिजे हेच ठाऊक नसतं. न्यूटनच्या अगोदर हजारो लोकांच्या समोर सफरचंद पडलं, पण ते हा संदेश पकडू शकले नाहीत. मात्र न्यूटनची बुद्धी लवचीक असल्यामुळे तो हे सहजपणे समजू शकला.

कट्टरता - नव्या प्रयोगांमध्ये अडथळा

जे लोक कट्टर असतात, त्यांना नवीन काही ऐकायचं नसतं आणि नवीन प्रयोगही करायचे नसतात. त्यांचा फक्त रेषांवर विश्वास असतो. त्यांच्याजवळ जे उपलब्ध असतं, त्यावरच ते समाधानी असतात. प्रगती करावी असं त्यांना कधी

वाटतच नाही. दुनिया कितीही बदलू दे, त्यांना जुन्याच पद्धतीनं काम करत राहावंसं वाटतं. अशा प्रकारे कट्टर लोक आपले रस्ते स्वतःच बंद करतात. लवचीक लोक नवं मार्गदर्शन समजू शकतात.

हे एका उदाहरणारून समजून घेऊया - क्रिकेटच्या खेळात जो फिल्डर लवचीक असतो, तो वाकून, उडी मारून लीलया बॉल पकडतो. जर शरीर लवचीक नसेल, तर ते कुठंतरी दुखावतं, जखमही होऊ शकते. अशा भीतीपोटी फिल्डर वाकतच नाही. त्याच्या हातातून प्रत्येक चेंडू सुटतो, प्रत्येक संदेश सुटतो. माणसाकडे संदेश तर सतत येत आहे, संकेत तर मिळत आहे, पण माणूस लवचिक नसेल तर तो म्हणतो, 'माझ्या ताटात द्या, माझ्याच वाटीत द्या. मी तर बुवा असंच खातो.' माझी अशीच स्टाईल आहे. पुष्कळसे लोक द्रोण-पत्रावळीत जेवण घेऊन जातात, पण तो अडून बसलेला असतो, 'नाही, माझ्याच ताटात आणि वाटीत द्या.' परिस्थिती समजून न घेता आपल्याच मुद्द्यावर अडून राहतो आणि रिकामं ताटच घेऊन परत जातो. अशाप्रकारे रिजीड लोक आपलंच नुकसान करून घेतात.

लवचिक व्हा :

लवचिक बनण्याचा अर्थ आहे, परिस्थितीच्या हिशेबानं स्वतःला तयार करणं. जर तुम्ही आपलाच हट्ट धरून बसलात, तर जे दिलं जातंय, ते घेऊच शकणार नाही. हे तर त्या भिकाऱ्यासारखं झालं ना, जो पन्नास पैशाची भीक घेत नव्हता कारण एक रुपयापेक्षा कमी भीक घेणं त्याच्या इज्जतीला शोभणारं नव्हतं. परिणामी त्याला खूप कमी पैसे मिळत. जर त्यानं आपल्या परिस्थितीचं विश्लेषण केलं असतं तर त्याच्या लक्षात येईल, भिकारी तर लोकांच्या दयेवर अवलंबून आहे. जे दिलं जाईल, ते त्यानं घेतलं पाहिजे नाही तर त्याला काही मिळणार नाही.

झाडावरून पडणारं सफरचंद बघून न्यूटनच्या डोक्यात आलं, हे सफरचंद वर का नाही गेलं? सफरचंद पडताना अगोदरही हजारो लोकांनी बघितलं होतं,

पण कुणाच्या डोक्यात हा विचार आला नाही, कारण ते लोक कट्टर होते. त्यांनी कुठलाही प्रश्न उपस्थित न करता ही मान्यता स्वीकारली होती, की वस्तू खालीच पडतात.

प्रश्न विचारल्याशिवाय उत्तर मिळत नाही

न्यूटननं प्रश्न विचारला आणि गुरुत्वाकर्षणाच्या नियमाचा शोध लावला. जर प्रश्न विचारला नाही तर उत्तर कसं मिळणार? नवीन शोध कसा लागेल? प्रश्न विचारल्यामुळे माणूस लवचिक राहतो. भारतात खूप वर्षांपर्यंत दूरदर्शनच एकमेव टीव्ही चॅनल होतं. याच्यावरचे कार्यक्रम तुलनेनं ज्ञानवर्धक पण नीरस असायचे. पण लोक हातावर हात ठेवून गप्प बसले. अचानक एका माणसाच्या मनात विचार आला, खाजगी टीव्ही चॅनल का सुरू करू नये? खूप अडचणींना तोंड देत त्यानं पहिला भारतीय प्रायव्हेट टीव्ही चॅनल सुरू केला. असंच एका दुसऱ्या माणसालाही प्रश्न पडला, एक लाख रुपयात कार का बनू शकत नाही? त्यानं तशी कार बनवून इतिहास घडवला. या उदाहरणांतून लक्षात घ्या, की प्रश्न विचारलेत तर उत्तर मिळेल. जुने मुद्दे, जुन्याच पद्धती धरून बसलात तर नावीन्याचं सृजन कसं शक्य होईल? आजपर्यंत तुम्ही जे काम करत आला आहात, तेच जर भविष्यात करत राहिलात, तर परिणाम पण तेच मिळतील, जे आज मिळतायत. जर काही नवीन मिळवायचं असेल, तर नित्य नवीन करायला पाहिजे.

लवचीकपणा – ग्रहणशीलतेची खूण

निसर्ग म्हणजे मदर नेचर, आपल्याला सतत मार्गदर्शन देत आहे म्हणून निसर्गाचे संदेश समजण्यासाठी आपली बुद्धी लवचीक असायला हवी. माणसाची जीभ लवचीक असते, पण दात कडक असतात. म्हणून म्हातारपणी दात पडतात, पण जीभ मात्र कात्रीसारखी चालते. खरंतर जिभेचा लवचीकपणा एक वरदान आहे. याच कारणामुळे कडक दातांमध्येसुद्धा जीभ सुरक्षित राहते.

निसर्गातून मार्गदर्शन घेण्याची कला शिकण्यासाठी तुम्हाला अभ्यास करावा लागेल. झाडं-रोपं, फुलं-पानं, पाणी, हवा, आकाश, चंद्र-तारे हे सगळे

आपल्याला दररोज काही ना काही संदेश देत असतात. आपण त्यांच्यासोबत ध्यानस्थ बसलो, तर आपल्या आतूनही खूपशा गोष्टी यायला लागतील. मदर नेचर आणि गॉड फादर हेच वास्तविक आपले खरे आई-वडील आहेत. आपल्याला यांच्याकडून मार्गदर्शन घ्यायला शिकायला हवं.

मात्र, लोक जुन्या पद्धतीनंच जगतात. सकाळी त्याच त्या पद्धतीनं उठतात, जसे आजवर वर्षानुवर्षे उठत आले आहेत. तसेच चहा बनवतात, तसे ऑफिसला जातात, सगळं अगदी जसंच्या तसं असतं. ऑफिसमधून घरी परतले, टीव्हीसमोर बसले आणि दिवस संपला. दुसऱ्या दिवशी जर कोणी जीवन जगण्याची नवीन पद्धत सांगत असेल तर ते म्हणतात, 'आमच्याजवळ वेळ नाही.'

आता नवीन पाऊल उचला, न्यू टर्न घ्या. न्यू टर्न घ्याल तर न्यूटनप्रमाणे आपल्या जीवनातसुद्धा ईश्वरीय मार्गदर्शनाची कितीतरी रहस्ये प्रकटतील. यू टर्न येईल...

यासाठी जीवनात नवनवीन प्रयोग करत राहा. तुम्ही जर ऑफिसमधून एकाच रस्त्याने घरी येत असाल, तर कधी कधी दुसऱ्या रस्त्यानं घरी या. नव्या पद्धतीनं जेवण बनवा, नव्या ढंगात बोलून बघा, नव्या लोकांशी बोला. हां, याच्यात कॉमन सेन्स नक्की वापरा. जेव्हा लवकर ऑफिसमध्ये पोहोचायचं असेल त्या दिवशी असा प्रयोग करू नका. नव्या प्रयोगातून आपल्याला नेहमी नवं ज्ञान मिळतं.

जगात जर कोणीच नवीन काम केलं नसतं, तर आजही आपण बैलगाडीतूनच फिरलो असतो, शेतातच काम करत राहिलो असतो. कुठली फॅक्टरी नसती, ना वीज. फोन आणि इंटरनेटचा तर प्रश्नच येत नाही. हॉस्पिटल नसतं, बँक नसती. आपण सावकाराकडून उधार घेत राहिलो असतो आणि वैद्यांकडूनच इलाज केला असता. नवीन काम केल्यामुळेच मानवजातीची प्रगती होते. यामुळेच मानवजात आज एवढी प्रगती, एवढा विकास करू शकली आहे. याचं कारण म्हणजे, ईश्वर आपल्या सगळ्यांच्या माध्यमातून जगातले वेगवेगळे अनुभव घेत

असतो. जुन्या पिढीच्या अनुभवातून नव्या पिढीला लाभ मिळतो. यामुळेच नव्या पिढीतली मुलं नेहमी जुन्या पिढीतल्या मुलांपेक्षा जास्त चाणाक्ष असतात आणि नवी पिढी जास्त आधुनिक असते.

परिवर्तन – प्रगतीचं सूचक

प्रत्येक नवीन कामाच्या वाटेवर कितीतरी अडथळे येतात. त्यावेळी तुम्ही लोकांच्या निंदेचे शिकार होऊ शकता किंवा तुमच्यामध्ये आत्मविश्वासाचा अभाव असू शकतो. सामान्य लोक यथास्थितीवादी असतात. ते नव्या विचारांना विरोध करतात आणि जुन्या विचारातच संतुष्ट राहतात. यामुळेच प्रत्येक नव्या विचाराला विरोध होतो. नवीन काम करणाऱ्यानं हे लक्षात ठेवलं पाहिजे, की सामान्य जनता परंपरावादी असते. पण परिवर्तनातूनच प्रगती शक्य होते. गॅलिलिओनी जेव्हा म्हटलं होतं, पृथ्वी सूर्याभोवती फिरते, तेव्हा त्यांची खूप निंदा झाली होती. केवळ निंदाच नव्हे तर, त्यांना वाळीतसुद्धा टाकलं होतं. त्यावेळी सूर्य पृथ्वीभोवती फिरतो असं लोक मानत होते. गॅलिलिओचं म्हणणं खरं होतं, पण परंपरेच्या विरोधात होतं. म्हणूनच त्यांना त्रास सहन करावा लागला. पण आज इतिहास सांगतो, की त्यांनी धाडसानं सत्य सांगितलं होतं. नवीन काम करणं सोपं नसतं. यासाठी दृढ संकल्प, साहस, इच्छाशक्ती आणि मनोबल आवश्यक असतं. याच्यात निंदेचे, हेटाळणीचे बाण सहन करण्याची शक्ती नक्कीच असते. निंदक वर्तमान बघतात, जिथं नवाचारी व्यक्ती भविष्यातल्या संभाव्यता बघते.

यासाठी प्रत्येक नव्या कामाला विरोध होईल हे जाणून घ्या. याला शत्रूही विरोध करतील आणि मित्रही. शत्रू यासाठी विरोध करतील कारण ते आपल्याशी दुश्मनी ठेवतात आणि आपली प्रगती त्यांना नको असते. दुसरीकडे, आपले हितचिंतक यासाठी विरोध करतात कारण, त्यांना वाटतं, आपण अयशस्वी होऊ नये, किंवा बरबाद होऊ नये. ते जोखीम बघतात, संभाव्यता बघत नाहीत; ते अडचणी बघतात, पुरस्कार बघत नाहीत; अंधार बघतात, प्रकाश बघत नाहीत.

ईश्वरीय मदत – योग्य वेळी

समजा, तुमच्या मनात एखादा जबरदस्त चांगला विचार येतो आणि तुम्ही त्याची अंमलबजावणी करू लागता. पण पहिला अडथळा आल्यावरच तुम्ही घाबरून जाता. तुम्हाला वाटतं, बहुतेक हा विचार बरोबर नाहीए, कदाचित ही पद्धत यशस्वी होणार नाही, बहुधा मी एवढा सक्षम नाही, की हे पूर्ण करू शकेन. अशावेळी हे लक्षात ठेवा, जर ईश्वराच्या मार्गदर्शनामुळे हा विचार तुमच्या मनात आला असेल तर तुम्हाला त्याच्यावर पूर्ण विश्वास ठेवला पाहिजे. तो पूर्ण करण्याची साधनंसुद्धा तोच देईल. घरातून निघतानाच रस्त्यावरचे सगळे ट्रॅफिक सिग्नल हिरवे असावेत हे ठरवण्याच्या भानगडीत पडू नका. याऐवजी जेव्हा तुम्ही तिथे पोहोचाल तेव्हा ईश्वर सगळ्या रेड लाईट्स हिरव्या करेल असा विश्वास बाळगा. तुम्हाला योग्य वेळी योग्य साधन आपोआप मिळेल. नवीन कामाचं मार्गदर्शन ईश्वरानं दिलेलं असेल, तर ते पुरं करण्याची व्यवस्था पण तोच करेल. तुमचं काम तर केवळ निमित्त बनण्याचं आहे, ईश्वराचं मार्गदर्शन साकार करण्याचं आहे. तुम्ही जर हे काम केलं नाही तर ईश्वर दुसऱ्या कुणालातरी मार्गदर्शन देऊन ते काम करून घेईल. वेळ आल्यावर तो आपल्याला काम पूर्ण करण्याची शक्ती देईल. त्यामुळे ईश्वरावर विश्वास ठेवा.

कसं ते प्रसिद्ध शास्त्रज्ञ थॉमस एडिसनच्या उदाहरणातून समजून घेऊया, ज्यानं विजेच्या बल्बसह खूपसे आविष्कार केले होते. जेव्हा कधी ईश्वराच्या मार्गदर्शनाप्रमाणे एडिसनच्या मनात एखाद्या नव्या आविष्काराचा विचार येत होता, तेव्हा तो प्रेस कॉन्फरन्स घेऊन आपल्या नव्या आविष्काराची घोषणा करत असे. हे काम अमुक अमुक तारखेपर्यंत पूर्ण होईल आणि त्यानंतर आपला शब्द पाळण्यासाठी तो ताबडतोब प्रयोगाला लागायचा. सांगितलेल्या तारखेपर्यंत काम पूर्ण करायचा. याचाच अर्थ ईश्वराच्या मार्गदर्शनावर विश्वास ठेवणाऱ्या लोकांना मागं जाण्याचा रस्ताच बंद करून टाकला पाहिजे. हवी ती साधनं नंतर आपोआप येतील आणि काम पूर्ण होईल हा विश्वास ठेवला पाहिजे.

नवं काम नवे अनुभव

जरा कल्पना करून बघा, लहानपणापासून आतापर्यंत तुम्ही कुठल्याप्रकारची प्रगती केलेली आहे? तुम्ही जर नवीन काम केलं नसतं तर काय झालं असतं? आजही तुम्ही पाळण्यातच झोपून बाटलीनंच दूध पीत असता. पण तुम्ही गुडघ्यावर चालायला शिकलात, पायावर चालायला शिकलात, पळायला शिकलात, उड्या मारायला शिकलात. मग तुम्ही बोलायला शिकलात. अगोदर मातृभाषा शिकलात, मग इतर भाषा शिकलात, जोवर तुम्ही त्यात निपुण होत नाही तोवर शिकतच राहिलात. माणूस अशाच तऱ्हेनं प्रगती करतो. तो नवं काम करत राहतो, नवीन शिकत राहतो. माणूस जर नवीन काम करायला शिकला नसता, तर तो आजही जंगली मानवासारखं जीवन जगत राहिला असता. ईश्वर माणसाच्या माध्यमातून या जगाचा अनुभव घेतो. तो माणसाला नवनवीन काम करण्याच्या संधी प्रदान करतो, म्हणजे अजूनही नवनवे अनुभव घेतले जाऊ शकतील.

ज्ञानाचा दुरुपयोग करू नका

नवीन काम करण्याचा अर्थ असा नाही, की आपण आजपर्यंत दारू प्याला नाही, सिगारेट ओढली नाही, तर हे काम करून बघूया. नवीन काम म्हणजे कुठलीही नवीन गोष्ट असं नाही. तर ईश्वराच्या मार्गदर्शनाच्या हिशेबानं नवीन कार्य करणं होय. ईश्वर कधी चुकीच्या कामांचं मार्गदर्शन करत नाही. माणसाने आपल्या डोक्याचा अँटीना योग्य दिशेनं फिरवला पाहिजे, तरच त्याला योग्य मार्गदर्शन मिळेल.

हवालदार : माझ्याच खिशातून, शंभर रुपये चोरतेस! तुला लाज नाही वाटत?
बायको : जास्त दंगा करू नका, हे घ्या पन्नास रुपये आणि विषय इथंच संपवा.
ईश्वर : चुकीच्या प्रवृत्तींचे गुलाम बनू नका.

अध्याय ९

पाचवं पाऊल : प्रज्ञास्वर जागृत करा

ईश्वराच्या बॅक फिडबॅककडे लक्ष द्या

ईश्वरावर विश्वास ठेवणं म्हणजे ईश्वर आपल्याला कुठं घेऊन चाललाय हे माहिती नसणं आणि तरीसुद्धा त्याच्यावर प्रेम करणं. तो आपल्याला कुठंही घेऊन जात असला, तरी हे आपल्या भल्यासाठीच आहे असा त्याच्यावर पूर्ण भरवसा असणं.

कित्येक वेळा माणसाला असं जाणवतं, की मार्गदर्शनाबाबत एक विलक्षण गोष्ट घडू शकते. खूपदा मार्गदर्शन कमी मिळू शकतं. पण हे आपोआप होतं. याचं कारण म्हणजे विकास करता करता तुम्ही अशा ठिकाणी जाऊन पोहोचता की योग्यच काम करू लागता. जसं, जेव्हा मुलं लहान असतात तेव्हा त्यांना चुकीचं काय आहे आणि बरोबर काय आहे, हे जास्त वेळा सांगावं लागतं. एकदा त्यांना चांगलं प्रशिक्षण मिळताच, ती मोठी होऊन योग्य निर्णय घेतात. ईश्वराच्या मार्गदर्शनाबद्दलसुद्धा असंच आहे. अज्ञानातून ज्ञानाच्या अवस्थेकडे पोहोचण्याच्या सुरुवातीला अधिक मार्गदर्शनाची गरज असते.

अंतरात्म्याचा आवाज ऐका

ईश्वराचं मार्गदर्शन मिळवण्यासाठी पाचव्या पावलावर अंतरात्म्याचा

आवाज म्हणजे प्रज्ञास्वर ऐकायचा आहे. हा प्रज्ञास्वर इंटयूशनच्या रूपात आपल्याला काहीतरी सांगत राहतो. जसं टयूशन घेतल्यावर माणसाला ज्ञान मिळतं, तसंच ईश्वर आपल्याला टयूशन देतो, ज्याला आपण इंटयूशन म्हणतो. याच्या माध्यमातून ज्ञान ग्रहण करायला शिकायचं आहे.

मदर नेचर म्हणजे निसर्ग, नियती आपल्याला बाहेरच्या साधनांद्वारे ज्ञान देते आणि गॉड फादर आतून, इंटयूशनच्या रूपात ज्ञान देतो. ज्ञान मिळवण्यासाठी, मार्गदर्शन मिळवण्यासाठी आपल्याला कुठे बाहेर भटकायची गरज नाही. कुठल्या संत-महात्म्याकडे चकरा मारायची गरज नाही. तंत्र-मंत्राच्या आहारी जाण्याची तर अजिबात गरज नाही. ईश्वरानं प्रत्येकासाठी अशी व्यवस्था केलेली आहे, की आपल्याला आपल्या आतूनच ज्ञान मिळू शकतं. माणूस उगीचच ज्ञानाच्या शोधात इकडं तिकडं भटकत असतो, वास्तविक खरं ज्ञान तर त्याच्या आतच असतं. म्हणजे कस्तुरी ही मृगाकडेच असते पण तिच्या शोधार्थ तो इकडे तिकडे भटकत असतो. काहीसा तसाच प्रकार आहे हा.

संत सुकरातांच्या एका उदाहरणावरून हे लक्षात घ्या. सुकरात युनानचे महाज्ञानी संत होते. एकदा एक तरुण त्यांच्याजवळ आला आणि त्यानं ज्ञान प्राप्त करण्याची इच्छा व्यक्त केली. सुकरात त्याला आपल्याबरोबर नदी किनारी घेऊन गेले. ते त्या तरुणाला म्हणाले, 'माझ्याबरोबर नदीपात्रात चल.' दोघं नदीत उतरल्यानंतर सुकरातांनी त्या युवकाची मान पकडली आणि त्याचं डोकं पाण्यात बुडवलं. पहिल्यांदा त्याला वाटलं, सुकरात चेष्टा करताहेत, पण जेव्हा तो गुदमरायला लागला, तडफडायला लागला तेव्हा पूर्ण ताकद लावून त्यानं आपलं डोकं पाण्यातून बाहेर काढलं. श्वास घेत तो सुकरातांना म्हणाला, 'डोकं फिरलंय काय तुमचं? मी तुम्हाला ज्ञानप्राप्तीची पद्धत विचारली, मरण्याची पद्धत नाही !' सुकरात हसत म्हणाले, 'जसं तू काही वेळापूर्वी हवेसाठी तडफडत होतास, तसंच ज्ञानासाठीसुद्धा तडफशील, तेव्हा ज्ञान आपोआपच तुला मिळेल.'

या उदाहरणातून असं स्पष्ट होतं, की ज्ञान तर सहज सुलभ उपलब्ध

आहे. ज्ञानाची काही समस्या नाहीए. समस्या तर आपल्या इच्छेची आहे. ज्ञान मिळवण्याची आपली इच्छा, ते मिळण्याइतकी प्रबळ नसते. त्यासाठी आकर्षणाचा नियम लक्षात ठेवायला हवा. जी गोष्ट मिळवण्याची आपली प्रबळ इच्छा असते, ती आपल्याला मिळतेच. आपली मार्गदर्शन मिळवण्याची इच्छा प्रबळ असेल, आपण वेळ मिळेल त्यावेळी मार्गदर्शन मिळवण्याबाबतच विचार करतो, तेव्हा आपल्याला मार्गदर्शन नक्कीच मिळेल. पण होतं असं, की मार्गदर्शनाबद्दल एखाद्या दिवशी पाच मिनिटं आपण विचार करतो आणि पुन्हा महिनाभरानंतरच त्याविषयी विचार करतो. आता सांगा, आपली इच्छा जर एवढी कमकुवत असेल, तर मार्गदर्शन कसं मिळेल! म्हणून आपली इच्छा एवढी प्रबळ बनवा, की आतला आवाज आपल्यापर्यंत पोहोचेलच.

अंतरात्म्याचा आवाज खूप हळुवार असतो. तो ऐकणं इतकं सोपं नसतं. परंतु तुलनात्मक मन सतत बडबड करत असल्याने सतत कलकल चाललेली असते. अशा मनाचा आवाज ऐकण्यात माणसाला काही अडचण नसते. अडचण तर त्याचा आवाज दुर्लक्षित करण्यात असते. चंचल मनाचा आवाज शांत करण्यासाठी माणसाला ध्यान करावं लागतं, प्रयत्न करावा लागतो, तेव्हा कुठे तो अंतरात्म्याचा मृदू, हळुवार आवाज ऐकू शकतो. याच्यासाठी अभ्यासाची, प्रशिक्षणाची गरज असते. पण एकदा हे सुरू होताच मार्गदर्शन आतूनच मिळू लागतं आणि तुम्ही आनंदाच्या महासागराचा अनुभव घेऊ लागता.

अंतरात्म्याचा आवाज ऐकण्याचा सराव करा

सतत सजग राहिल्याने अंतरात्म्यातून येणाऱ्या छोट्या छोट्या गोष्टी तुम्ही पकडू शकाल. मग दुसऱ्या कुणाची गरजच उरणार नाही. जसं फोनची रिंग वाजताच स्वतःला विचारा, 'कुणाचा असेल?' नेहमी तुमचा पहिला अंदाज किंवा आभास बरोबर असल्याचं तुम्हाला आढळून येईल. तुम्ही जर विचार केला, आत्ता सहा वाजलेत, अमक्या अमक्याचा फोन असेल तर हा आभास अंतरात्म्याचा नाही, बुद्धीचा असेल, केवळ तर्कातून उत्पन्न झालेला आभास.

अंतरात्म्याच्या आभासात बुद्धीचं काही काम नाही. बुद्धी तर्कावर आधारित असते आणि अंतरात्म्याचा आवाज वास्तवावर आधारित असतो.

आपल्याला आपल्या अंतरात्म्याचा आभास सशक्त करण्यासाठी हळूहळू अभ्यास करावा लागेल. दरवाजाची घंटी वाजते किंवा पोस्टातून एखादा लिफाफा येतो, तेव्हा तो आपण ताबडतोब उघडतो. एकदासुद्धा मनात प्रश्न निर्माण होत नाही, की कुणाचं असेल? यासाठी स्वतःला विचारा, फोन कुणाचा आला असेल? कोण आलं असेल?' क्षणभर थांबून ऐका, आतून काय उत्तर येतं. पहिल्यांदा काही चुकीचे आभास होतील पण तरीही सतत विचारत राहा. आपला हा अंदाज बरोबर असेल की नाही याची चिंता करू नका. चूक-बरोबरच्या भानगडीत तर पडूच नका, फक्त विचारणं सुरू करा. विचारायला शिका. ज्या लोकांनी विचारलं, त्यांनाच काहीतरी मिळालं. जे शोध घेतात, त्यांनाच मिळतं.

अगोदर छोट्या छोट्या गोष्टींचं मार्गदर्शन घ्या

अगोदर छोट्या छोट्या गोष्टींसाठी आतून मार्गदर्शन घ्या. एकदा का तुम्ही अभ्यास करून यात पारंगत झालात, की मग आत्मविश्वासानं मोठ्या मोठ्या गोष्टींसाठी मार्गदर्शन घेऊ शकाल. नेहमी आपल्या आभासावर किंवा इन्ट्यूशनवर भरवसा ठेवा. त्याचं विश्लेषण करत राहा. आज आपल्याला जे आभास झाले, त्यातले किती बरोबर होते? जेव्हा बरोबरची संख्या वाढत जाईल तेव्हा तुम्ही याच्यात पारंगत होत आहात असं समजा. एकदम मोठे निर्णय घेऊ नका. पहिल्यांदाच नोकरी बदलण्याचा निर्णय घेऊन असं म्हणू नका, की हा माझ्या अंतरात्म्याचा आवाज होता. हळूहळू काम करा. एक एक पायरी चढूनच छतावर पोहोचा. सरळ उडी मारून छतावर पोहोचण्याचा अट्टहास करू नका.

पहिला आभास किंवा विचार नेहमी बरोबर असतो, पण यात एक सावधगिरी बाळगा. जेव्हा नकारात्मक विचार येईल तेव्हा दुसरा विचार योग्य असतो. हा फरक लक्षात घ्या. उदाहरणार्थ, जेव्हा आपल्या मनात विचार येतो.

'मी समोरच्याला आत्ता शिवी देतो.' हा नकारात्मक विचार आहे म्हणून स्वतःला विचारा, दुसरा विचार काय आहे? दुसरा विचार आहे, 'दोन दिवस थांबून शिवी देऊ.' तेव्हा हा दुसरा विचार योग्य आहे.

आपण जर आई-वडिलांच्या जीन्सच्या माध्यमातून आलेल्या सवयी सोडलेल्या नसतील, तर याचा अर्थ अद्याप मुक्त, स्वतंत्र झालो नाही. आई पालीला घाबरत होती आणि आपणही घाबरतो, तर अजूनही संस्कारातून मुक्ती मिळाली नाही असाच याचा अर्थ होतो. आपल्याला आपले खरे आई-वडील म्हणजे मदर नेचर आणि गॉड फादर यांचं ऐकलं पाहिजे. त्यांच्याशी ट्यूनिंग करायला शिकलं पाहिजे. आपल्याला अंतरात्म्याचा आवाज म्हणजे प्रज्ञास्वर ऐकायला हवा. आता प्रश्न असा आहे की कसं? पाचव्या पावलामध्ये आपल्याला 'स्वतःला प्रश्न विचारण्याची' सवय लावून घ्यायची आहे.

शरीराच्या फिडबॅककडे लक्ष द्या

आपलं शरीर प्रत्येक छोट्या छोट्या गोष्टीसाठी फिडबॅक देत असतं. जसं शरीराला पाण्याची गरज असेल तर तहान लागते, शरीराला ऊर्जेची गरज असेल तर भूक लागते. रात्री उशिरापर्यंत जागल्यावर डोळ्यांत जळजळ होते. व्यायाम न करण्यामुळे शरीराला सुस्ती यायला लागते...वगैरे. अशाप्रकारे आपलं मनोशरीर यंत्रसुद्धा भावनांच्या माध्यमातून फिडबॅक देतं. जेव्हा तुम्ही परोपकार करता, तेव्हा मनात समाधान भाव जागृत होतो. दुःखद घटना झाल्यावर दुःखाचा भाव जागृत होतो. अहंकार दुखावला की राग येतो. कुणी स्तुती केली, तर मन खुशीनं नाचायला लागतं. देवाला प्रार्थना करताना भक्तिभाव जागा होतो. अशातऱ्हेने मनाचा फिडबॅक समजून घ्यायला शिका. यावर विचार करा. हा भाव का जागृत झाला, यावर विचार करा. राग आला तर स्वतःला विचारा, अहंकार दुखावल्यामुळे तर असं झालेलं नाही ना? असं करता करता तुम्ही स्वतःला जाणायला लागाल. वास्तविक ज्ञान म्हणजे स्वतःला जाणणे.

कर्मसंकेत ओळखा

निसर्ग आपल्याला सतत कर्मसंकेत देत असतो. असं करा... असं करा... असं करू नका... तो फक्त एकदा मार्गदर्शन करून हार मानत नाही. तो आपल्याला वारंवार इशारा देतो. शाळेसमोरच्या स्पीड ब्रेकरच्या अगोदर दोन-तीन बोर्ड लावलेले असतात. रस्त्याच्या बाजूला लावलेला एक बोर्ड शंभर मीटर अगोदरच सांगतो, 'पुढे शाळा आहे. हळू चला.' मग पन्नास मीटर अगोदर बोर्ड लावलेला असतो, 'पुढे स्पीडब्रेकर आहे, हळू चला.' स्पीड ब्रेकरवर पांढऱ्या पट्ट्यांचा इशारा दिलेला असतो. म्हणजे जर कुणी बोर्ड बघितला नाही तर पांढरे पट्टे बघून स्वतःला सांभाळू शकतो. जर कोणी बोर्ड वाचू शकलं नाही आणि पांढरे पट्टेही त्याला दिसले नाहीत, तर त्यालासुद्धा इशारा मिळतो. पुढे जाणाऱ्या गाड्यांची गती कमी होते. या संकेतामुळेसुद्धा तो स्वतःला सांभाळू शकतो म्हणजेच इशारे कित्येकदा मिळतच असतात. जर तुम्ही सजग असाल तर पहिल्या इशाऱ्यालाच गती कमी कराल. पण जर तुम्ही जागरूक नसाल, तर प्रत्येक इशाऱ्याकडे कानाडोळा करत पूर्ण गतीनं स्पीडब्रेकरवरून जाल आणि आपली गाडी अपघातग्रस्त होईल.

अगोदर आभास येतो, मग दुसरा संकेत येतो, मग तिसरा विचार येतो. समजा, तुम्ही काही करायला निघालात आणि तुम्हाला संकेत मिळाला, असं करू नको. एकदा झालं, दोनदा झालं, तिसऱ्यांदासुद्धा झालं. याचाच अर्थ निसर्ग तुम्हाला मोठ्या गांभीर्यानं सांगू इच्छित आहे, या दिशेनं जाऊ नका! हे काम करू नका!

एखादा माणूस गाडी घेऊन निघतो. गाडी स्टँडवरून काढतानाच त्याच्या हातून पडता पडता वाचते. लक्षात ठेवा, गाडी तर अजून सुरूसुद्धा झालेली नाही. हा पहिला संकेत आहे. मग तरी तो गाडी सुरू करतो. त्याच्या गाडीचा वेग वाजवीपेक्षा जास्त आहे आणि तेव्हाच समोरून कोणी धडकता- धडकता वाचतो. हा दुसरा संकेत आहे. थोडं पुढं गेल्यावर तिसऱ्यांदासुद्धा हेच होतं. यावरून हे लक्षात घ्यायचं, निसर्गाला आपल्याला गंभीरपणे इकडे लक्ष द्या, गाडीची गती

कमी करा असं सांगायचं असतं. हे तर फक्त एक उदाहरण आहे. पण प्रत्येकानं अशाच तऱ्हेनं बघायला हवं. आपल्याला कुठल्या कुठल्या बाबतीत कर्मसंकेत मिळत आहे, हे थांबवा, याची गती कमी करा, असं बोलू नका, तुझ्या शब्दांमुळे गैरसमज निर्माण व्हायला लागलेला आहे, ज्या शब्दांमुळे तुमचं भांडण होतं अशा शब्दांचा वापर करू नका. निसर्ग आपल्याला मागच्या एखाद दुसऱ्या घटनेची आठवणही करून देतो, जेव्हा त्या शब्दांमुळे आपलं भांडण झालं होतं. अशावेळी नेहमी सजग राहायला हवं.

शिक्षक : किती वाईट गोष्ट आहे की तू मार खाऊनसुद्धा हसतोयस!
विद्यार्थी : तुम्हीच तर म्हणता, संकटाला हसत हसत सामोरं गेलं पाहिजे.
ईश्वर : केवळ हसू नका, तर आपल्या चुकाही सुधारा.

अध्याय १०

सहावं पाऊल: कोरा कागद बना

ईश्वराकडून हस्ताक्षर घ्यायला शिका

आपण कोरे कागद बनलो तरच ईश्वर आपल्यावर हस्ताक्षर, सही करू शकेल. अर्थात तेव्हाच आपल्या माध्यमातून तो काम करू शकेल. माणसात आणि ईश्वरात हाच फरक आहे, की माणसाला जर कोऱ्या कागदावर सही मागितली तर तो कधीच करणार नाही. पण ईश्वराला मागितली तर तो म्हणेल, 'मी कोऱ्या कागदावरच सही करतो. मी मौनात, शून्यातच वास करतो.' ईश्वर त्याच लोकांना आपलं हस्ताक्षर देतो, जे निरअहंकारी आहेत, समर्पित आहेत. अहंकारामुळेच माणूस ईश्वराचं मार्गदर्शन ग्रहण करू शकत नाही.

आपल्याला ईश्वराचं हस्ताक्षर घ्यायला शिकायचंय. ज्या शरीरातील अहंकार संपतो, तिथं ईश्वराची सही स्वच्छ दिसते. कोऱ्या कागदावर ईश्वराची साईन शाईन करते, म्हणजे चमकते. ईश्वराला तर प्रत्येक कागदावर सही करायची इच्छा असते, प्रत्येक माणसाला मार्गदर्शन करायचं असतं म्हणून माणूस जेवढा कोरा होत जाईल, तेवढा अधिक चमकत जाईल. चला, काही पावलं अशी चालूया, जी कोरा कागद बनण्यासाठी महत्त्वाची आहेत.

१. ईश्वराची पसंती घ्या

लोकांना आपल्या बऱ्याचशा कामांमध्ये दुसऱ्याची पसंती पाहिजे असते. त्यांना कपडे खरेदी करायचे असतील तर ते कित्येक लोकांना विचारतात. कुठलाही निर्णय घेण्यापूर्वी असा विचार करतात, 'हे इतरांच्या दृष्टीनं बरोबर होईल का? मी हे काम केलं तर लोक काय म्हणतील? चेष्टा तर करणार नाहीत?' याचा अर्थ त्यांचे निर्णय दुसऱ्याच्या पसंतीवर अवलंबून असतात. इतरांच्या संमतीशिवाय ते कुठलाही निर्णय घेत नाहीत. खरंतर आपल्याला लोकांऐवजी ईश्वराची पसंती लक्षात घ्यायला हवी. आपण असा विचार करायला हवा, 'जगातील कुठल्याही माणसाने आपल्या निर्णयाला पसंती दिली अथवा दिली नाही, पण ईश्वराची पसंती मात्र मिळायलाच हवी.' सकाळी उठून विचार करायचा, 'आज मी अमुक अमुक कामं करणार आहे, दिवसभरात ही ही कामं माझ्याकडे असतील... मी ही कामं अशा तऱ्हेनं करीन... जर यातलं एखादं काम अनुचित असेल तर ईश्वर योग्य वेळी मला थांबवेल... अंतरात्म्याचा आवाज मला योग्य मार्ग दाखवेल...' दररोज सकाळी उठल्यानंतर जर तुम्ही असा विचार करून दिवस सुरू केला, तर तुम्हाला स्वतःलाच जीवनात मोठं परिवर्तन घडलेलं दिसेल.

ईश्वराच्या पसंतीचे संकेत

वास्तविक, ईश्वराच्या पसंतीचा आवाज आपल्या अंतरंगातूनच ऐकू येतो. हाच सगळ्यांत सोपा आणि चांगला उपाय आहे. पण वास्तविक हाच पेच आहे, हेच कोडं आहे. माणसानं आपल्या आतल्या माईकवर इतक्या दोऱ्या आणि पट्ट्या बांधून ठेवलेल्या आहेत, की तेथून जे बोललं जातंय ते ऐकूच येत नाही. ईश्वर आतून बोलतोय पण माईक पूर्णपणे बंद केलेला आहे, दबलेला आहे. म्हणूनच बाहेरून मार्गदर्शन देण्याची गरज येऊन ठेपलीय. बाहेरचं मार्गदर्शन जर योग्य पद्धतीनं ग्रहण केलं गेलं, तर आतल्या माईकच्या पट्ट्या काढल्या जाऊ शकतात आणि माणूस ईश्वराच्या पसंतीचे संकेत ऐकू शकतो.

जेव्हा तुम्ही सत्य ऐकायला जाता तेव्हा तुम्हाला बाहेरून ज्ञान दिलं जातं. याचा अर्थ असा नाही, की काही नवीन दिलं जात असतं. ज्ञानाचं भांडार, खजिना तर आपल्या आतच असतो, फक्त आतले पडदे हटवले जातात, पट्ट्या काढल्या जातात. बाहेरचे गुरू आतल्या गुरूला जागवण्याचं काम करतात. आतल्या माईकच्या पट्ट्या निघाल्या तर लोकांना बाहेरच्या मार्गदर्शनाची गरज राहणार नाही. बाहेरचं मार्गदर्शन आतलं बंधन आणि पट्ट्या काढण्यास मदत करतात.

२. मतलबी नाही, कोरे व्हा

माणूसच फक्त पृथ्वीवर असा प्राणी आहे, जो मतलबी आहे. माणसाशिवाय कुठलंही जनावर अशाप्रकारे मतलबी नाही. इथं मतलबी होण्याचा अर्थ माणसाच्या स्वार्थी होण्याशी नाही तर प्रत्येक गोष्टीत विनाकारण अर्थ काढण्याशी आहे.

ईश्वरानं माणसाला बुद्धी आणि कल्पनेचं वरदान दिलेलं आहे, ज्याला खूपदा तो अभिशाप बनवतो. जंगलात फिरताना जनावरं बघत असतात, एक झाड हिरवं आहे, एक झाड सुकलेलं आहे, एक छोटं आहे, एक उंच आहे, पण ते काही कुणाला प्रश्न विचारत नाहीत. आहे तसं सर्व काही स्वीकारतात. दुसरीकडे माणूस मात्र सतत प्रश्न विचारतो, 'हे हिरवं का आहे? हे उंच का आहे? हे वाकडंच का आहे?' अशाप्रकारे मन जेव्हा जेव्हा बडबड करेल, तेव्हा त्याला उत्तर द्यायला शिका. मन जर म्हणालं, 'हे उंच का आहे?' तर त्याला उत्तर द्या, 'कारण ते उंच आहे.' विषय तिथंच संपतो. मन विचारेल, 'मला मागं का बसवलंय?' तर उत्तर द्या, 'कारण मागं बसवलेलं आहे.' त्याच्या प्रश्नाचं एवढंच उत्तर आहे. उत्तर सोपं आहे, पण ते देणं अवघड असतं. अभ्यासानं तुम्ही मनाला हे उत्तर द्यायला शिकाल. सुरुवातीला मन तर्कयुक्त उत्तराचा विचार करेल, पण तरीसुद्धा त्याला असंच उत्तर द्यायचं आहे.

समजा तुम्ही सकाळी उठलात आणि घरातील लाईट बंद आहे, तुमच्या

मनात लगेच विचार येईल, 'लाईट बंद का आहे?' 'कारण लाईट बंद आहे' असं म्हणा. एवढंच उत्तर पुरेसं आहे. कुणी तुम्हाला बघून तोंड वाकडं केलं, तर मन त्याच्यातही तर्क शोधेल, 'त्यानं मला बघून तोंड वाकडं का केलं?' अशा वेळी, 'कारण तोंड वाकडं केलं,' असं म्हणून मनाचा विचार तिथंच थांबवा. तुम्हाला आश्चर्य वाटेल, हे उत्तर दिल्यावर तुमचा निम्मा तणाव तिथंच संपला देखील.

प्रत्येक परिस्थितीत हे उत्तर लागू होत नसेल तरी काही काळजी करण्याचं कारण नाही. जिथं अर्थ काढल्यामुळे दुःख होतं, तिथं तरी कमीत कमी अर्थ काढणं बंद करा. यातच आपलं कल्याण, हित आहे. जिथं अर्थ काढल्यामुळे दुःख न होता खुशी होईल, तिथं तर अर्थ काढण्यात शहाणपणा आहे. पण दुःख होईल अशाठिकाणी अर्थ काढणं म्हणजे स्वतःच्याच पायावर कुऱ्हाड मारून घेतल्यासारखंच नव्हे का?

माणूस प्रत्येक गोष्टीत अर्थ काढत राहतो, 'माझा शेजारी असा का आहे? अमुक एक माणूस असा का आहे? तो माझ्याशी असं का वागला? त्यानं मला बघूनसुद्धा न बघितल्यासारखं केलं! त्यानं माझा वाढदिवस नाही लक्षात ठेवला! लोकांच्या दृष्टीनं मी तुच्छ आहे इत्यादी.' नात्यांमध्ये, लोकव्यवहारात असं सतत चालू असतं. कधी डोक्यातच येत नाही, की असा विचार करून करून आपण विनाकारण स्वतःला किती त्रास देतो! शिणवून घेतो. माणूस सोडून जगातला कुठलाही प्राणी अशा तऱ्हेनं विचार करत नाही. म्हणून फक्त माणसालाच अशा प्रशिक्षणाची गरज आहे. जेव्हा मन कलकल करू लागेल, तेव्हा त्याला असं उत्तर द्यायचं, की त्याची बोलतीच बंद व्हावी.

जसजसं तुम्ही अर्थ काढणं सोडून द्याल, तसतसा तुम्हाला आनंद यायला लागेल. 'हे असं का आहे कारण हे असं आहे.' हा किती चांगला विचार आहे! असं करणं म्हणजे हा अर्थ काढण्याच्या सवयीवर लावलेला पूर्णविराम आहे. यानंतर आपला कागद कोरा व्हायला सुरुवात होईल. त्यानंतर दिवसाच्या शेवटी

तुमच्या लक्षात येईल, अकारण विचार येणं कमी तर झालं आणि आले तरी लगेच पूर्णविराम लागतो. यामुळे तुमचा कागद थोडा कोरा बनू लागेल आणि कोऱ्या कागदावर ईश्वराचं हस्ताक्षर उठावदार होत जाईल. म्हणून आपल्याला ही कला शिकण्याचं सहावं पाऊल उचलून कोरं बनायचं आहे.

३. अहंकार सोडा, ईश्वर प्राप्त करा

कोरा करकरीत माणूस म्हणजे अहंकारविरहित शरीर. अशा शरीरातच ईश्वर आपलं काम जोरदार ढंगात करू शकेल आणि केवळ पार्ट टाईमच नव्हे, तर फुल टाईम करू शकेल. पूर्ण काळ करू शकेल.

अहंकाराचा अर्थ, 'मी वेगळा आहे, मी खास आहे, मी महान आहे.' सतत वेगळ्या 'मी'ची जाणीव, हेच अहंकाराचं मूळ आहे. जिथं 'मी' संपतो, तिथं अहंकार राहात नाही आणि मनाची सारी बडबड संपते. तेव्हा माणूस स्वतःला कर्ता मानून नाही, तर निमित्त समजून बघतो. तो समजतो, त्याचं शरीर फक्त साधन आहे, कर्ता करविता तर ईश्वर आहे, जो वेगवेगळ्या लोकांच्या माध्यमातून काम करत आहे.

हे एका उदाहरणावरून लक्षात घेऊया. एका गावात रामलीला चाललेली असते. त्यात सीताहरणाचं दृश्य चाललं होतं. हे बघून रामलीलेतलंच एक पात्र भांगाच्या नशेत उत्तेजित होऊन ताबडतोब मंचावर पोहोचतं आणि रावणाला दणादण बुक्क्या मारायला सुरू करतं. जेव्हा भांगाची नशा उतरते, तेव्हा त्याच्या लक्षात येतं, अरेच्च्या, त्यानं ज्याला बुक्क्या मारल्या, तो रावण तर नव्हताच! तो तर एक कलाकार होता जो रावणाची भूमिका करत होता! अशा तऱ्हेनं जेव्हा अहंकाराची नशा उतरते तेव्हा माणूससुद्धा या निष्कर्षाप्रत पोहोचतो, समोरच्यानं काही चूक केली, तरी ती त्यानं केली नाही, तो तर फक्त आपली भूमिका वठवत आहे. तो तर फक्त त्याच्या प्रगतीसाठी रंगमंचावर अभिनय करत आहे. पटकथा त्याची नाही, संवादही त्याचे नाहीत, सगळं काही ईश्वराचं आहे...

४. विकाररहित बना

राग, ईर्षा, द्वेष, भीती इत्यादी भावनांनी जर मन घेरलेलं असेल तर आपल्याला ईश्वराचा संदेश कसा ऐकू येईल? म्हणून आपलं मन सकारात्मक भावनांनी भरणं आवश्यक आहे, म्हणजे अशा विकारांना त्यात जागाच उरणार नाही.

विकारांमुळे आपलं मन भरलेलं असल्यामुळे ईश्वर त्याच्यावर आपलं हस्ताक्षर करू शकत नाही. विकाररहित मन कोऱ्या कागदासारखं निष्पाप असतं जिथं ईश्वराचं हस्ताक्षर स्पष्ट, स्वच्छ दिसतं.

तुम्ही एखादं काम करत आहात आणि मनात ईर्षेचे विचार चालू असतील, तर तुमच्या मनात ईश्वराला जो विचार सुचवायचा आहे तो येणार नाही. हेच जर तुमचं मन शांत असेल, तर अचानक नवा, अनोखा विचार आल्याचं तुम्हाला जाणवेल. जो यापूर्वी कधी आला नव्हता. हाच ईश्वरीय विचार आहे, जो आपल्या रिकामं होण्यामुळे, कोरं झाल्यामुळे येतो.

५. गैरसमज दूर करून धडा शिका

ईश्वर कोऱ्या कागदावर सही करतो हे माणसाला ठाऊक नसतं. तो तर अशा भ्रमात राहतो, की जास्तीत जास्त लिहिल्यानंतरच ईश्वर खुश होत असेल. त्याला हे समजत नाही, जो कोणी कोरा होतो, रिकामा होतो, जेव्हा व्यक्तीनं स्वतःच निर्माण केलेली कोरडी कटकट दूर होते, तेव्हाच ईश्वराची सही मिळते.

पृथ्वीवर अनेक घटना समोर साकारल्याने दबावांमुळे माणसाचा अहंकार कमी व्हायला लागतो, तेव्हा माणूस कोरा कागद बनतो. जसं उच्च दाबात ठेवल्याने कोळसा हिरा बनतो, तसंच माणूससुद्धा आपलं परमध्येय गाठण्यासाठी जीवनरूपी वादळातून तयार होतो, क्षमता निर्माण करतो. हेच पृथ्वीच्या शाळेचं सौंदर्य आहे.

पृथ्वीवरचे सगळे कष्ट माणसाला धडा शिकायला भाग पाडतात. आपलं मन प्रशिक्षित केल्यावर आणि पृथ्वीवरचे सगळे धडे योग्य शिकल्यानंतर त्याला

असं दिसतं, ज्याला त्यानं 'कष्ट' मानलं होतं, ते खरंतर कष्ट नव्हतेच, त्या तर प्रगती साधण्याच्या, विकासाच्या संधी होत्या. केवढं मोठं परिवर्तन?

एक माणूस : मी तिला रोज पत्रं लिहीत होतो. कैकदा पत्रातून मी लग्नाचा प्रस्तावही तिच्यासमोर ठेवला.
दुसरा माणूस : मग? तुझं लग्न झालं तिच्याशी?
पहिला माणूस : तिचं लग्न झालं! पण त्या पोस्टमनबरोबर, जो दररोज माझी पत्रं तिला पोहोचवत होता.
ईश्वर : मागे वळ, तुझं ध्यान कुठं आहे? पत्र, पत्रकार, की पोस्टमनकडे?

अध्याय ११

सातवं पाऊल : ईश्वराचं मार्गदर्शन प्राप्त करण्याची सर्वोच्च पद्धत

प्रतीक्षा करायला शिका

पिरॅमिड करून आपण ईश्वराच्या मार्गदर्शनाचं सातवं पाऊल उचलू शकतो. परॅमिड तुम्हाला माहितीच असेल. भले तुम्ही इजिप्तला गेला नसाल पण तिथली त्रिकोणी आकाराची पिरॅमिड्स चित्रात तरी नक्कीच बघितली असतील. मग आपल्यालाही तशी पिरॅमिड्स बनवायची आहेत का? इथं आपण भौतिक पिरॅमिडविषयी बोलत नाही ! येथे बाहेरचं पिरमिड बनवण्याची गोष्ट नाही चाललेली! पिरॅमिड शब्दाचा खोल अर्थ समजून घ्या. पिरॅमिडमध्ये पिरॅ म्हणजे प्रेयर आणि मिड म्हणजे मेडिटेशन. म्हणजे प्रार्थना आणि ध्यान. आपल्याला हेच पिरॅमीड बनवायचं आहे. कारण हे पिरॅमिडच आपल्याला ईश्वराशी जोडू शकतं.

समजा, तुम्ही सात वाजून सात मिनिटांनी प्रार्थना केली, तर पुढची प्रार्थना आठ वाजून आठ मिनिटांनी करायची आहे. त्याच्या पुढची नऊ वाजून नऊ मिनिटांनी. त्याच्या पुढची दहा वाजून दहा मिनिटांनी. अशा तऱ्हेनं आपल्याला प्रार्थना आणि ध्यान याचं पिरॅमिड करायचं आहे.

हे पिरॅमिड ईश्वराशी संवाद साधण्याचा सुंदर उपाय आहे. अशा प्रकारे प्रार्थना आणि ध्यानातून आपण स्वतःची मदत करून, ईश्वराची मदत करतो.

म्हणून दररोज ईश्वराला प्रार्थना करा. त्याच्याशी बोला. प्रार्थना आणि ध्यान ईश्वराशी संवाद साधण्याची सुरेख पद्धत आहे. ईश्वर आपल्या संवादाचा अर्थ समजण्यात कधी चूक करत नाही.

जसं कित्येकदा तुम्हाला स्वतःबरोबर एकांतात राहायचं असतं, तसंच ईश्वरालाही दररोज काही वेळ तुमच्याबरोबर एकांतात राहायची इच्छा असते. म्हणून त्याला वाटतं, सगळ्यांनी प्रार्थनेच्या माध्यमातून त्याच्याशी बोलावं. प्रार्थना आपल्याला हवी ती गोष्ट मिळवण्याचं एक सशक्त साधन आहे. तुम्ही प्रार्थना करता तेव्हा ईश्वर तुमचं म्हणणं ऐकत असतो. परंतु माणसाच्या मनातले नकारात्मक विचार प्रार्थनेच्या वाटेत अडथळे बनतात. त्यासाठी नेहमी लक्षात ठेवा, की प्रार्थना ही ईश्वराशी संवाद साधण्याची आदर्श पद्धत आहे. प्रार्थनेचं फळ येण्यासाठी आपला विश्वास दृढ असायला हवा. ईश्वराशी झालेल्या संवादावर विश्वास ठेवा. तुमच्यासाठी जे चांगलं आहे ते तुम्हाला कसं द्यायचं हे तो चांगल्या प्रकारे जाणतो.

प्रार्थना आणि ध्यान या दोन गोष्टी आपल्याला ईश्वराशी जोडतात. त्याचप्रमाणे ते आपली जागरूकता वाढवण्यास मदत करतात. जेव्हा प्रत्येक संवाद चेतनेच्या सर्वोच्च स्तरावर, चांगल्या तऱ्हेनं ग्रहण केला जाईल, तेव्हा तुमच्या चेतनेचा स्तर उंचावेल.

विश्वातले सगळे लोक जर एकाचवेळी प्रार्थना करू लागले, तर सगळ्यांच्या एकत्रित प्रार्थनेमुळे एक मोठा चमत्कार घडू शकतो. चेतनेचा स्तर कमी झाल्यामुळे आज विश्वाला दहशतवाद, जाती-पातीचे मतभेद, भ्रष्टाचार इत्यादी समस्यांनी घेरलेलं आहे. ज्या स्तरावरून समस्या निर्माण झाल्या आहेत, चेतनेच्या त्याच स्तरावर राहून समस्या सोडवल्या जाऊ शकत नाहीत ही मुख्य अडचण आहे. त्या सोडवण्यासाठी चेतनेचा स्तर वाढवावा लागेल. त्यासाठी प्रत्येक माणसाला स्वतःवर काम करावं लागेल. चेतनेचा नवा स्तर उदयाला आला तर समस्या सोडवण्याचे नवे मार्ग गवसतील. म्हणजे नव्या पद्धती, नवे

विचार, नवी दिशा दिसेल. यासाठी ध्यानाचा अभ्यास करत आपल्याला केंद्रावर, सेंटरवर, तेजस्थानावर यावं लागेल.

केंद्रावर येण्याचा अर्थ

महाभारतात कृष्णाकडून धर्मयुद्धाची घोषणा ऐकताच अर्जुनाला त्याच्या विरोधात आपलेच गुरुजन, बांधव, प्रिय नातेवाईक दिसू लागले आणि त्याच्या मनात दुःखाचे काळे ढग दाटायला लागले. अर्जुन दुःखी अंतःकरणानं का असेना, युद्धाच्या मैदानात मध्यभागी (केंद्रावर) आला, तेव्हा कुठे त्याला कृष्णाकडून मार्गदर्शन मिळालं. अर्जुनानं ठरवलं असतं तर केंद्रावर न येता सुद्धा तो कृष्णाकडून आपल्या समस्येचं समाधान करून घेऊ शकला असता. शेवटी कृष्ण त्याचा सारथी होता आणि अर्जुनानं नुसतं विचारलं असतं तरी त्याचं काम झालं असतं. अर्जुनाला माहिती होतं का, की केंद्रावर आल्याशिवाय त्याला मार्गदर्शन मिळणार नाही? इथं केंद्र म्हणजे हृदयस्थान (तेजस्थान) हा अर्थ अभिप्रेत आहे.

आपण जेव्हा केंद्रावर पोहोचतो तेव्हा आपल्याला मार्गदर्शन मिळतं आणि तणावाखाली येताच केंद्रापासून दूर जातो. तणाव आल्यावर केंद्रावर येणं किती गरजेचं आहे हे ध्यानात घ्या. त्यावेळी असं म्हणू नका की तणावाच्या अवस्थेत मी ध्यान नाही करणार. अशा स्थितीत तर ध्यान करणं जास्त गरजेचं असतं. अर्जुनाचा तणाव, केंद्रस्थानी आल्यानंतरच दूर झाला. जरी तणाव असला तरी, तुम्ही मार्गदर्शन घेण्याच्या स्थितीत नाही असं समजू नका.

तणावात चुकीच्या सवयी लावून घेऊ नका

काही लोक तणावात दुसऱ्यांना शिव्या देऊनच शांत होतात. पण गालि प्रदान करण्याची सवय वाईट आहे. अशा तऱ्हेनं तणाव कमी करणं योग्य नाही. पद्धत अशी हवी, ज्यामुळे वाईट सवय तर लागणार नाही आणि तणावही संपेल. तणाव आल्यावर कुठली गोष्ट आठवायची, हे आधीपासूनच ठरवायला हवं. तेव्हाच तुम्ही तत्काळ तणावमुक्त होऊन केंद्रावर परतू शकता.

ईश्वरापासून दूर झाल्यावर तुम्ही ईश्वराचा आवाज ऐकूच कसा शकाल? जेव्हा जेव्हा तुम्ही दुःखी असता तेव्हा तुम्ही ईश्वरापासून दूर असता, अलग होता, हे लक्षात घ्या आणि खुश असता तेव्हा ईश्वराच्या सान्निध्यात असता असं समजा.

ज्याज्यावेळी तुम्ही तणावाखाली येता तेव्हा पितळ बनता, आपल्या कानात कापूस घालून घेता, मार्गदर्शन प्राप्त करण्याच्या स्थितीमध्ये नसता. पण एक वास्तव कधी नाकारू नका. आपल्या जीवनात एखादी नकारात्मक गोष्ट घडली, तर तिचा काही तरी उद्देश असतो हे कधीही विसरायचं नाही. पण ती नकारात्मक बाब आपल्या शुभेच्छेला बळ देते. ती आपल्याला एक आव्हान देते, ज्याला सामोरं गेल्यावरच आपला विकास होऊ शकतो. यामुळे आपल्याला शक्ती मिळते, जी आपल्याला ध्येयाप्रत पोहोचण्याची ताकद देते. त्या नकारात्मक गोष्टीचा योग्य प्रकारे सामना केला नाही, तर माणूस कमकुवत होतो. दुसऱ्या बाजूला त्या गोष्टीकडे अती लक्ष दिल्यामुळेसुद्धा नुकसान होतं. नकारात्मक गोष्टीवर जर गरजेपेक्षा जास्त लक्ष दिलं तर आपली शक्ती हिसकावली जाते, ऊर्जा संपते. आता प्रश्न असा येतो की किती लक्ष दिलं पाहिजे? नकारात्मक बाबींवर तर जेवणातल्या मिठाइतकंच लक्ष द्यायला हवं. जेवणात तुम्ही मीठ किती घालता? ना कमी, ना जास्त. तुम्हाला माहिती आहे, जर जेवणात मीठ गरजेपेक्षा कमी असेल तर जेवण बेचव होईल. थोडं जास्त झालं, तर जेवण विषासारखं होईल. म्हणून नकारात्मक गोष्टींवर जेवणातल्या मिठाइतकंच लक्ष दिलं पाहिजे.

खरं म्हणजे मार्गदर्शन तर नेहमीच उपलब्ध आहे. फक्त आपल्याला आपली तयारी दर्शवणं गरजेचं आहे. केंद्रावर येणं हा, आपण मार्गदर्शनासाठी तयार असल्याचा संकेत आहे. डोळे बंद करून प्रार्थना करून जणू आपण निसर्गाला असाच संदेश देत असतो, 'जे मार्गदर्शन मला मिळणार आहे, ते घेण्यासाठी आता मी तयार आहे. मी ग्राहक आहे, ग्रहणशील आहे. शरीर माझं

दुकान आहे. जे काही मला मिळेल, त्याच्यात मी जिकिरी, घासाघीस करणार नाही. मी विश्वासभाव, प्रेमभाव, भक्तिभाव देईन. यामुळे मला ती गोष्ट आपोआप मिळेल.' अशी प्रार्थना केल्याने आपण हसत हसत केंद्रावर पोहोचाल. हसणं म्हणजे जोरजोरात हसणं नाही; याचा अर्थ आतली खुशी आहे. जे काही कराल ते हसूनच!

काही ठिकाणी तुम्ही जोरात हसलात, तर लोक नाराज होतील. ही गोष्ट लक्षात ठेऊन तुम्हाला सामान्य बुद्धीचा वापर करायचा आहे.

चुंबक कसं बनाल

तणावमुक्त होण्याचं एक सोपं टेक्निक आहे. ज्यावेळी तुम्ही एकदम खुश होता, तो क्षण आठवायचा. शाळेत-कॉलेजात परीक्षेचा शेवटचा पेपर दिल्यानंतर तुम्हाला कसं हलकं हलकं, आनंदी वाटत होतं. एखादं मोठं कार्य पूर्ण केल्यावर आपल्याला कसं वाटत होतं? एखाद्या सुंदर ठिकाणी पिकनिकला गेल्यावर कशा भावना होत्या ते क्षण आठवा. एखाद्या प्रिय व्यक्तीबरोबर घालवलेले सुखद क्षण आठवा. अगदी काहीच करू शकला नाहीत तर कमीत कमी ईश्वराला म्हणा, 'तू आपलं काम कर, मी कसलीही चौकशी करणार नाही. नाही तर मनाला सतत चौकशी लागते, काही होतंय की नाही... वेदना जातायत की नाही... अशी विचारपूस तुम्ही अजिबात करायची नाही. तणावाच्या वेळी असं केल्यामुळे तुम्ही पुन्हा चुंबक बनाल.

प्रार्थना अशी करा

तणावात तुम्ही संकोचता, आक्रसले जाता आणि संकोचलेला माणूस कधीही मार्गदर्शन घेऊ शकत नाही. खुललेला माणूसच मार्गदर्शन घेऊ शकतो. हसणारा माणूस मार्गदर्शन घेऊ शकतो. म्हणून असं ब्रीदवाक्य बनवा, 'जे काही कराल ते हसूनच' म्हणजे जो संदेश दिला जाईल, तो तुम्ही घेऊ शकाल. प्रार्थनेची तीव्रता वाढवण्यासाठी जागृत अवस्थेत दर तासाला प्रार्थना करा. तुम्ही जर सकाळी

सहाला उठत असाल तर पहिल्या प्रार्थनेची वेळ असेल ६ वाजून ६ मिनिटं, त्यानंतर ७ वाजून ७ मिनिटं, मग ८ वाजून ८ मिनिटं... तुम्ही रात्री साडे दहा वाजता झोपत असाल तर प्रार्थनेची शेवटची वेळ असेल १० वाजून १० मिनिटं. झोपेच्या तासांमध्ये आपल्याला प्रार्थनेची चिंता करण्याची गरज नाही कारण त्यावेळी तुम्ही स्वानुभवातच असता. गाढ झोपेत तुम्ही ईश्वराबरोबरच असता. झोपेत शरीराची जाणीव संपते म्हणून त्यावेळी काही करण्याची गरज नसते. मात्र, जागे असताना लक्षात ठेवण्याची अत्यंत गरज असते. म्हणून प्रत्येक ठिकाणी आठवण करून देण्याची व्यवस्था करा. अनेक ठिकाणी रिमाइंडर लावा. अशी व्यवस्था करायची, की घड्याळसुद्धा तुम्हाला आठवण करून देईल, मोबाइलसुद्धा आठवण करून देईल, कॉम्प्युटरसुद्धा तुम्हाला आठवण करून देईल. तुमच्याबरोबर राहणारे लोकदेखील तुम्हाला आठवण करून देतील. म्हणजे मदर नेचरबरोबर तुमचं ट्यूनिंग वाढेल आणि तुम्ही निश्चित वेळी प्रार्थना कराल. ट्यूनिंगसह केलेल्या प्रार्थनेचा परिणाम वाढतो. एकत्रित केलेल्या प्रार्थनेचा परिणाम तर फारच छान असतो.

प्रत्येक तासाच्या प्रार्थनेमध्ये डोळे बंद करून स्वतःला विचारा, 'मी कोण आहे?' मागच्या तासात मी जे कार्य केलं ते कसं केलं? रडत खडत केलं, त्रस्त होऊन केलं की आनंदाने केलं? उत्तर आपल्याला आतूनच मिळेल. उत्तर जर असं मिळालं, मागच्या तासात सगळं विसरलो होतो म्हणून मी जे केलं ते स्वतःला विसरून केलं, रडत केलं, हसत केलं नाही, तर दुःखी होऊ नका. त्याऐवजी असा संकल्प करा, पुढच्या तासात मी योग्य तऱ्हेनं कार्य करेन. मी हे सूत्रवाक्य विसरणार नाही, 'जे कराल ते हसूनच!' त्यामुळे तुम्ही येणाऱ्या तासात जास्त सजग राहाल. असंही होऊ शकतं, की सुरुवातीचा अर्धा तास तर संकल्प लक्षात राहील पण नंतरच्या अर्ध्या तासात विसरून जाल. नऊ वाजून नऊ मिनिटांनी परत हा संकल्प करा. अशा प्रकारे थोडं विसरत आणि थोडं लक्षात ठेवत आपली जागरूकता, सजगता वाढत जाईल.

विश्वशांतीसाठी प्रार्थना

पृथ्वीवर शुभ्र प्रकाश (दिव्यशक्ती) येत आहे,
पृथ्वीतून सोनेरी प्रकाशाचा (चेतनेचा) उदय होत आहे.
जगातील सगळी नकारात्मकता दूर होत आहे.
सर्वजण प्रेम, आनंद आणि शांतीसाठी खुलत आहेत.

(ही भावना ठेवून विश्वशांतीसाठी सर्वांनी एकाचवेळी प्रार्थना केल्याने विश्वाची चेतना वाढेल.)

एक कल्पनाचित्र बघा, ज्यात पृथ्वीवर शुद्ध, तेज आणि शक्तिशाली पांढऱ्या प्रकाशाचं आच्छादन झालं आहे. सभोवताली तेज आणि शांतिदायक सोनेरी प्रकाश विखुरला आहे. सोनेरी प्रकाश चेतनेचं प्रतिनिधित्व करत आहे. श्वेत प्रकाश ईश्वरीय प्रकाश आहे ज्यात आपण पृथ्वीच्या वर्तमानातील सर्व समस्यांचं निरसन होताना बघत आहोत. मग त्या आतंकवादाच्या असोत अथवा अकालाच्या. गरिबीच्या असो अथवा हत्येच्या. हुंडाबळी असो अथवा रोगराईच्या. यासोबत पृथ्वीवर सर्व लोकांच्या चेतनेचा स्तर वाढला आहे हेही बघा. लोक पहिल्यापेक्षा अधिक खुश आहेत. दुःखातून, व्याधीतून पूर्णपणे मुक्त झाले आहेत. आता ते सीमित मान्यतांमध्ये अडकलेले नसून प्रत्येकावर प्रेम करत आहेत, सर्वांची पर्वा करत आहेत. सर्वत्र सुख-समृद्धी ओसंडून वाहात आहे. प्रत्येकाजवळ अन्न, वस्त्र, निवारा भरभरून आहे. लोक एकमेकांविषयी, नियतीमातेविषयी आणि ईश्वररूपी पित्याविषयी अतिशय कृतज्ञ आहेत आणि प्रत्येक क्षणी पृथ्वीतून येणारा सोनेरी प्रकाश अधिक तीव्र होत आहे.

ज्या लोकांना हे चित्र खूप आवडलेलं असेल, ते मि. नयन आहेत. काही लोकांना याचे शब्द आवडले असतील, ते श्रीकांत आहेत. काही लोकांना याची भावना चांगली वाटेल, जे डॉ. भावेश आहेत. जी पद्धत आपल्यासाठी जास्त उपयुक्त असेल, ती वापरा. पद्धत कुठलीही असो, परिणाम चांगलेच होतील.

निसर्गाशी ताळमेळ

आजच्या परिस्थितीत निसर्गाशी ताळमेळ वाढवणं अत्यंत आवश्यक आहे. नाहीतर विश्वातल्या समस्या दूर होणार नाहीत. प्रत्येक तासाला चेतना वाढवायची आहे, सजगता कायम ठेवायची आहे. जर हा संदेश वाचणारे सगळे लोक असं करू लागले, तर चेतनेचा स्तर किती उंचावेल आणि त्यामुळे कितीतरी समस्या सुटतील, तुमच्याही आणि विश्वाच्याही. प्रत्येक तासाला आपल्याला जी आठवण करून दिली जात आहे तिच्याशी ट्यूनिंग करून फायदा घ्यायला शिका.

चुकीच्या ट्यूनिंगचा परिणाम तर तुम्हाला माहितीच आहे. तुम्ही हिंदी चित्रपटात बघितलंच असेल, दोन भाऊ असतात. दोघं समोरा समोर असतात. दोघं जवळूनच जातात तरी एकमेकांकडे त्यांचं लक्ष जात नाही. सिनेमात किती वेळा आपण बघतो, की इकडून आई येते, तिकडून मुलगा येतो. पण दोघांचं एकमेकांकडे लक्षच जात नाही आणि ते निघून जातात. पूर्ण सिनेमा संपतो, शेवटी ते भेटतात. एवढा वेळ भेटू शकले नाहीत कारण निसर्गाबरोबर त्यांचं ट्यूनिंग नव्हतं. मार्गदर्शनाबद्दलसुद्धा हेच लागू होतं. निसर्गाशी ट्यूनिंग न झाल्यामुळे माणसाला मार्गदर्शन मिळू शकत नाही.

निसर्गाशी ताळमेळ राखा. संदेश कुठून येतो आहे? त्या दिशेकडे लक्ष द्या. जिकडून संदेश येतो, तिकडेच जा. संदेश मिळताच तो डिकोड करा आणि मग त्या हिशेबानेच काम करा. परिणामी जी गोष्ट पाहिजे, ती मिळेल. मग ती खुशी असेल, प्रेम असेल, साहस असेल, स्वास्थ्य असेल, चांगले गुण असतील किंवा धनही असू शकतं.

आजपर्यंत आपल्याला प्रार्थनेची निश्चित वेळ सांगितली गेली नव्हती. पहिल्यांदाच आपल्याला निश्चित वेळ सांगितली गेली आहे, या या वेळी या या तऱ्हेने प्रार्थना करा म्हणजे त्याचा परिणाम जोरदार होईल. याचा अवश्य लाभ घ्या.

ध्यान करण्याची सवय लावून घ्या

दररोज ध्यान करण्याची सवय लावून घेतल्याने मनाची बडबड शांत होते आणि मार्गदर्शनाची वाट सोपी होते. यामुळे अंतरात्म्याचा आवाज स्वच्छ ऐकू येतो. कमीत कमी १० मिनिटं ध्यान करा. डोळे उघडल्यानंतर पुढची दहा मिनिटं ती शांती कायम ठेवा, जी तुम्ही दहा मिनिटं ध्यान करून प्राप्त केलेली आहे. काम करतानाही जर ध्यानाची शांती कायम ठेवलीत तर हळूहळू बघाल, ध्यान तुमच्या जीवनात पूर्णतः उतरू लागेल.

आपल्या शरीराची इंद्रियं आपलं ध्यान बाहेरच्या बाजूला आकर्षित करतात आणि तऱ्हेतऱ्हेच्या अहंकारयुक्त विचारांना निमंत्रण देतात. यामुळे निसर्गाचा संदेश पकडण्यात अडथळा निर्माण होतो. जेव्हा शरीराची इंद्रियं मंद गतीनं कार्य करतात किंवा शांत होतात, तेव्हा चेतना स्वस्थानी सहजतेनं परतते. जाणणाऱ्याला जाणलं जातं, साक्षी स्वसाक्षी होतो. हे ध्यानाच्या द्वारेच शक्य आहे. ही दृढता मिळवण्यासाठी एक ध्यानविधी शिकूया, ज्यामुळे सहजतेनं तुम्ही ईश्वराचं मार्गदर्शन प्राप्त करू शकता.

प्रतीक्षा ध्यान – मार्गदर्शन प्राप्तीची तयारी

आजच्या धावपळीच्या जीवनात दोन मिनिटं थांबण्याची कला प्रतीक्षा ध्यान शिकवते. माणसाला हे काम कठीण वाटतं. त्याला वाटतं ही शर्यत एवढी चांगली चाललीय तर मी दोन मिनिटं का थांबू? उगीचच गती कमी होईल, गती घ्यायला परत वेळ जाईल. माणूस खूपदा काही बघितलं तर स्वतःला थांबवू शकत नाही. त्याच्यातच हरवून जातो, बुडून जातो. कधी कुणाला अपशब्द वापरतो, राग आवरू शकत नाही. म्हणून स्वतःला थांबवण्याची सवय खूप कल्याणकारी ठरू शकते, जी आपल्याला प्रतीक्षा ध्यानातून प्राप्त होते.

स्वतःला धावताना दोन मिनिटं थांबवू शकणं ही एक मोठी कला आहे. ही कला आपल्याला कितीतरी दुःखांपासून वाचवू शकते, तिला लहान सहान

समजू नका. प्रतीक्षा ध्यान शिकल्यानंतर माणसाला कळेल, वास्तविक ही दोन मिनिटंच परिणामकारक होती. त्यामुळेच आयुष्यात योग्य निर्णय घेतले गेले आणि म्हणूनच जीवनात सकारात्मक गोष्टी आकर्षित झाल्या. हीच ती मंगलमय वेळ होती. चांगलं झालं, आपल्याला हे ज्ञान मिळालं असंच वाटेल. चला, आता हा विधी जाणून घेऊया.

१. ध्यानासाठी निवडलेल्या आसनात आणि मुद्रेत डोळे बंद करून बसा.

२. डोळे बंद करून मनातल्या मनात म्हणा, 'ईश्वराचं मार्गदर्शन मिळवण्यासाठी मी तयार आहे. मी ग्राहक आहे, मी ग्रहणशील आहे.'

बंद डोळ्यांनी ध्यानाचा स्रोत, सोर्स जाणून घ्या. टॉर्चचा प्रकाश जेव्हा एखाद्या वस्तूवर पडतो, तेव्हा ती प्रकाशित होते, पण जेव्हा तोच प्रकाश एखाद्या वस्तूवर आदळून पुन्हा टॉर्चवर येतो तेव्हा टॉर्च स्वतः आपल्याच प्रकाशात प्रकाशित होतो. टॉर्चचा प्रकाश ज्या वस्तूवर आदळून टॉर्चवर येतो, त्या वस्तूला 'निमित्त' म्हटलं जातं. ध्यानात असंच होतं. यावेळी ज्या विधीनं तुम्ही ध्यान करत आहात, ते आहे प्रतीक्षा ध्यान. प्रतीक्षा या गोष्टीची, की आता पुढचा विचार (मार्गदर्शन) कुठून येईल? हा प्रश्न विचारून तुम्ही प्रतीक्षा करा, wait & watch पुढचा विचार कुठून येतो?

३. शरीर सरळ ठेवून, तणावमुक्त होऊन बसा आणि पुढचा विचार कुठून येतो याची प्रतीक्षा करायची. पुढचा विचार एखाद्या आवाजातून येतो का?

४. चारही बाजूंचे आवाज ऐका. विचार कुठून येतो हे जाणून घ्या. अशा तऱ्हेनं प्रतीक्षेत बसल्यानं विचार बंद होतात. विचार आले तरीही स्वतःला विचारा, पुढचा विचार कुठून येईल? लवकरच तुमच्या लक्षात येईल, बाहेरच्या आवाजांमधून तर विचार येत नाहीत.

५. आत येणाऱ्या, बाहेर जाणाऱ्या श्वासाचं निरीक्षण करा. श्वासातून तर विचार येत नाहीत ना?

६. उत्तर येईल, 'नाही श्वासातूनही कुठला विचार नाही आला'... जाणत राहा, जाणत राहा.

७. शरीरात कुठे वेदना, त्रास असेल तर, विचार तिथून येतायत का? ते पाहा. पूर्ण शरीरात बघा, जिथं दुखत असेल तिथं थांबून बघा, पुढचा विचार तिथून येत आहे का?

८. शरीराचा वेदनामयी भाग जाणून घेतल्यानंतर, आपलं ध्यान संवेदनांवर घेऊन चला. जिथं दबाव आहे, गरमी आहे, खाज आहे; विचार तिथून येताहेत का? जिथं हवेचा स्पर्श होत आहे, तिथून विचार येताहेत का ते विचारा.

९. कुठलाही विचार आला तरी तो बघून, जाणून घ्या की पुढचा विचार कुठून येत आहे? नाकातून येणाऱ्या सुगंधातून येतोय की एखाद्या चवीतून येतोय, जी आत्ता जिभेवर आहे? प्रतीक्षा करत बघा, की पुढचा विचार कुठून येत आहे? विचारांचा स्रोत कुठे आहे?

१०. काही क्षणांनंतर डोळे उघडून खोलीत ठेवलेल्या वस्तूंकडे बघा. प्रत्येक वस्तू बघून स्वतःला विचारा, या वस्तूमधून विचार येत आहे का? एक वस्तू बघून दुसऱ्या वस्तूवर जा. प्रत्येक वस्तू बघत हे जाणून घ्या, की पुढचा विचार या वस्तूतून येईल का? ही वस्तू म्हणजे स्रोत आहे का?

११. जर तुम्ही बोअर व्हायला लागलात, तर स्वतःला विचारा, त्याचा सोर्स काय आहे? हा विचार कुठून आला ते जाणा आणि पुढचा विचार कुठून येतो याची प्रतीक्षा करा.

१२. चालता फिरता प्रत्येक वस्तूकडे बघत जाणून घ्या, काय ही वस्तू मला पुढचा विचार देईल? प्रथमच तुम्ही तटस्थ होऊन त्या गोष्टी बघू शकाल, भूतकाळात गुंतून न राहता बघू शकाल. विचार आला अथवा नाही अशा तऱ्हेची कुठली अट घालू नका. पुढचा विचार कुठून येतो, हे जाणण्यासाठी तुम्ही फक्त विनाअट प्रतीक्षेमध्ये बसा.

१३. फरशी, छत, भिंती बघा. आपल्या डावीकडे-उजवीकडे, पुढे-मागे, वर-खाली बघा. जर या वस्तूंद्वारे विचार येत नसेल तर डोळे बंद करून 'काही नाही' मध्ये बघा आणि जाणून घ्या, तिथून विचार येतोय?

१४. हे 'काही नाही' काही नाही, नव्हेच! प्रतीक्षेमध्ये दृढता वाढते. फक्त शरीरामुळेच आपण शरीराच्या पलीकडे आहोत हे ज्ञात होतं.

१५. 'आता पुढचा विचार कुठून येईल?' हा विचार आल्याबरोबर पुढच्या विचाराचं उगमस्थान कुठे आहे? हे जाणत राहा. याच प्रतीक्षेत सत्य प्रकट होईल. तुम्ही फक्त विनाअट प्रतीक्षेत राहा आणि त्याचा आनंद घ्या. प्रतीक्षेत खूप काही होत असतं. अदृश्यात बरंच काही घडत आहे याच जाणिवेसह हळूहळू डोळे उघडा.

हे ध्यान केल्यामुळे मनाची अनावश्यक बडबड बंद होते. माणसाला अशी समज मिळते, की इंद्रियं नाही, तर मी स्वतःच (जो असली मी आहे) विचारांचा स्रोत, उगमस्थान आहे. माझ्या मान्यता, धारणांमुळेच मला अमुक विचार येतात. समज प्राप्त झाल्यानंतर, मन निसर्गाचं संदेशवाहक बनतं. त्याचं लक्ष व्यक्ती, वस्तू, वातावरण यावरून बाजूला होऊन ईश्वराकडून मिळालेले संकेत डिकोड करण्याकडेच लागतं.

दोन बहिरे मित्र रस्त्यात एकमेकाला भेटले. त्यांच्यात झालेला पुढील संवाद ऐकून आपण काय मनन कराल?

पहिला मित्र : बोल, काय म्हणतोस, मंदिरात निघालास का?

दुसरा मित्र : नाही नाही, जरा मंदिरात जाऊन येतो.

पहिला मित्र : बरं बरं ! मला वाटलं मंदिरात निघालायस.

ईश्वर : पूर्णपणे ऐकून घ्या. अनुमान लावू नका. मन अंतर्यामी न्या.

अध्याय १२

कसं मिळवावं ईश्वराचं मार्गदर्शन

आपली कहाणी

एका माणसाला पर्वताच्या टोकावर पोहोचायचं होतं. त्याला टोकावर पोहोचायचा रस्ता सापडत नव्हता, म्हणून तो पर्वताभोवती चकरा मारत राहिला. दिवसभर गोल गोल फिरत रस्ता शोधत राहिला पण ध्येयापर्यंत पोहोचण्याचा खरा रस्ता कोणता आहे हे त्याला माहिती नव्हतं. त्याला मार्गदर्शनसुद्धा केलं जात होतं, पण तो ते ग्रहण करण्याच्या मनःस्थितीत नव्हता. पर्वताच्या चारही बाजूला फिरत असताना जेव्हा तो थकत होता, तेव्हा कधी जेवण्यासाठी थांबायचा, कधी थोडी विश्रांती घ्यायचा, विचार करायचा, चिंता करायचा आणि कधी दरीत बसलेल्या गावाकडे नुसतंच एकटक बघत राहायचा.

पर्वतावरून त्याला गावातली बरीच दृश्यं दिसत होती. जसं काही लोक शेतीच्या कामाला लागलेले आहेत... काही घोषणा देत आहेत. कुठेतरी संगीत वाजत आहे... कोणी पतंग उडवत आहे... इत्यादी. तो त्या डोंगराच्या रस्त्यावरून हे सगळं बघत होता आणि विचार करायचा, 'शेवटी मला काय करायचं आहे?' तो चालून चालून थकला की पुन्हा गावाकडे तोंड करून एकटक बघत राहायचा. पण त्याला हे माहिती नव्हतं, त्याचा रोख कुठल्या दिशेनं असला पाहिजे? योग्य दिशा कुठली आहे? कारण अजून त्याच्या जीवनात यू टर्न आलेला नव्हता.

पर्वताभोवती फिरताना गावाकडे बघून त्याचं ध्यान बाहेर भटकत होतं. पर्वताकडे लक्ष देण्याऐवजी तो गावात चाललेली गाणी ऐकत होता, इलेक्शनचे झेंडे बघत होता. शेवटी फिरून फिरून दमल्यावर त्याच्या मनातून प्रार्थना उमटली, 'अखेर मला जीवनात काय करायचं आहे? आयुष्यभर काय घाण्याच्या बैलासारखं गोल फिरतच राहायचंय? ऑफिसमधनं घर, घरातनं ऑफिस, भाजी मंडई, शाळा-कॉलेज, पुन्हा घर?' आणि काय आश्चर्य! हाच विचार त्याची प्रार्थना बनला. मग त्याला योग्य दिशा दिसायला लागली. त्याच्या मनातले विचार बदलले. आता त्याला आतूनच संकेत मिळू लागला, 'ज्या पर्वताभोवती तू फिरतोयस, त्याच्याकडेच तोंड करून बैस. गावाकडे आयुष्यभर बघत राहिलास, आता पर्वताकडे बघ. पर्वताकडे बघून ध्यान कर.'

त्या माणसानं हा प्रज्ञास्वर ऐकला आणि पर्वताकडे ध्यान लावून बसला. पर्वताकडे ध्यान दिल्यामुळे पर्वतामध्ये बोगदा तयार होऊ लागला. तो हळूहळू ध्यानाचा अवधी वाढवत गेला. पहिल्या दिवशी पाच मिनिटं तर दुसऱ्या दिवशी दहा मिनिटं. हळूहळू त्याला दिसायला लागलं, तो जेवढा वेळ ध्यान करत होता, तेवढाच खोल बोगदा त्या पर्वतामध्ये बनत चालला होता आणि आता त्याला मार्गदर्शनसुद्धा मिळू लागलं होतं. केवढं परिवर्तन!

माणसाच्या जीवनात जेव्हा यू टर्न येतो, म्हणजे जेव्हा तो पूर्णपणे फिरतो, वळतो आणि बाहेर जाणारी इंद्रियं आत वळतात, तेव्हा त्याला अशा काही गोष्टींचा साक्षात्कार होतो. बाहेरच्या अशा काही गोष्टी तो बघू शकतो, ज्या यापूर्वी उपलब्ध असूनही दिसत नव्हत्या.

त्याचबरोबर त्या माणसाला हेही कळलं, 'पर्वताच्या बरोब्बर पलीकडे ईश्वर बसलेला आहे आणि जे मी करतो तेच तोही करतो.' तो ज्यावेळी पर्वताच्या चारही बाजूला फिरत होता त्यावेळी ईश्वरही फिरत होता. तो गावाकडे बघत होता तर ईश्वरही गावाकडेच बघत होता. म्हणून तर तो ईश्वराला कधी भेटू शकला नाही.

दोघं एकाच रस्त्यावरून वर्षानुवर्षे चालत राहिली पण ईश्वराची भेट होऊ शकली नाही. पण ज्या दिवशी त्याला प्रज्ञास्वर ऐकू आला, त्यानं पर्वताकडे ध्यान देणं सुरू केलं. यामुळे त्या पर्वतामध्ये बोगदा खोदणं सुरू झालं. हे काम केवळ ध्यान दिल्यानेच सुरू झालं होतं.

निसर्गाचा नियम आहे, 'ज्या गोष्टीवर ध्यान दिलं जातं, ती कितीतरी पटीने आपल्याकडे येते.' त्या माणसाच्या बाबतीतही असंच झालं. जेव्हा तो ध्यान करायला बसला, दुसरीकडून ईश्वरानंही ध्यान करणं सुरू केलं. त्याच्या ध्यानामुळे जेव्हा दररोज एक इंच बोगद्याचं खोदकाम व्हायला लागलं, तेव्हा दुसरीकडे ईश्वराच्या ध्यानामुळे दहा इंच खोदकाम होऊ लागलं.

ईश्वर जेव्हा ध्यान करतो तेव्हा दहा इंचापेक्षा कधीही कमी नसतं. त्यापेक्षा कमी बोगदा तर खणलाच जाऊ शकत नाही. माणूस जेव्हा काम करतो, तेव्हा त्याला वाटतं, 'एका दिवसात केवळ एकच इंच खोदकाम होऊ शकतं... किती मोठा पर्वत आहे!' माणूस कॅल्क्युलेटरवर हिशेब करून या कामासाठी खूप वर्षं लागतील या अनुमानापर्यंत पोहोचतो. ज्या दिवशी त्याला कळतं, दुसरीकडूनही काम होत आहे, त्या दिवशी तो निश्चिंत होतो कारण माणूस एक पाऊल टाकतो, तेव्हा ईश्वराकडून दहा पावलं टाकली जातात. त्यामुळे माणसामध्ये विश्वास निर्माण होतो. मग तो ते काम दररोज करू लागतो. विश्वास नसेल तर तो कधी ध्यान करतो, तर कधी सोडून देतो. त्याला वाटतं, 'एक इंच बोगदा तर खोदला जाणार आहे, त्यानं काय मोठा फरक पडतो.' त्याला अदृश्यामध्ये होणाऱ्या गोष्टी दिसत नाहीत म्हणून असं वाटतं. ज्या गोष्टी आपण बघूच शकत नाही, त्यावर कार्यही करू शकत नाही. जी गोष्ट दिसते, तीच आपण वाढवत नेतो. हा माणसाचा कमकुवतपणा आहे. परंतु याला कमकुवतपणाच राहू देऊ नका, वरदान बनवा. वरदान बनवण्यासाठी ही समज मोठी मदत करेल, 'भले आता दिसत नसेल, पण मी ध्यानाला बसल्यामुळे अदृश्यात खूप काही होत आहे हे निश्चित.'

समजा तुम्ही दहा मिनिटं ध्यानाला बसला. दहा मिनिटानंतर लगेच मन

विचारेल, 'काय झालं? काहीच तर नाही झालं.' त्याला सांगा, दहा मिनिटात ईश्वराकडून खूप काही झालेलं आहे, जे तुला दिसणार नाही. दोन्ही बाजूंनी बोगदा खणता खणता एक वेळ अशी येऊन ठेपेल जेव्हा फक्त एकच इंच अंतर राहिलं असेल.

माणसाला तर त्यावेळी अंदाज पण लागत नाही. एवढं कमी अंतर राहिलेलं आहे आणि आता वेळही कमी लागणार आहेत. पुढच्याच क्षणी हे काम होणार आहे हेच त्याला माहीत नसतं. एक इंचाची भिंतसुद्धा माणसाला पर्वतापेक्षा कमी नसते कारण त्याला किती कमी भिंत राहिली आहे हे दिसतच नाही. त्याचं उत्तर धैर्य देऊ शकतं. यामुळेच माणूस असे निर्णय घेतो, ज्यामुळे त्याला पुढे पश्चात्ताप करावा लागतो. अशा चुका होऊ नयेत, म्हणून या दृष्टांताच्या माध्यमातून संदेश दिला जात आहे. जे अदृश्यात आहे, त्याच्यावर विश्वास ठेवा आणि आपलं कार्य निरंतरपणे सुरू ठेवा.

तुम्ही जो एक इंच बोगदा खोदता, वास्तविक ती तुमच्याकडून ईश्वराला केलेली मदत असते, ज्यामुळे ईश्वर त्याच्यावर दहा इंच काम करू शकेल. जर तुम्ही दररोज, निरंतरपणे ध्यानात बसत असाल, तर दररोज एक इंच बोगदा खोदता जो तुम्हाला बुद्धीपासून हृदयापर्यंत घेऊन जातो. पहिल्यांदा तुम्हाला वाटेल, 'ध्यानात बसून काही तरी झालंय असं काही मला जाणवतच नाही.' पण खूप काही होत असतं हे लक्षात ठेवा. ध्यान दररोज निरंतरपणे चालू राहिलं पाहिजे. ध्यानामुळे जेव्हा तुमच्या आणि ईश्वरात असलेल्या शेवटच्या इंचाचंसुद्धा अंतर संपतं, तेव्हा होतो ईश्वराचा साक्षात्कार, आत्मसाक्षात्कार!

अशाप्रकारे कहाणी इथंच थांबत नाही. ईश्वराच्या आणि भक्ताच्या भेटीनंतरच तर खरी कहाणी सुरू होते, कारण आता दोघं मिळून वरच्या दिशेनं बोगदा खणायला चालू करतात. हे काम दोघांच्या ताळमेळानंच शक्य असतं. त्यावेळी कळतं, वरच्या बाजूला जाणारा रस्ता कुठला आहे. प्रार्थनेत हात जोडले जातात यातून हाच संकेत मिळतो, की आता वरच्या दिशेनं खोदकाम

सुरू झालेलं आहे. पिरॅमिड योग म्हणजे प्रार्थना आणि ध्यानाच्या योगे आपण वरच्या दिशेनं यात्रा करतो. माणसाला जशी ईश्वराची आवश्यकता आहे, तशीच ईश्वरालादेखील माणसाची आवश्यकता आहे. पिरॅमिडमुळे हे सर्किट पूर्ण होतं.

या कहाणीत तुम्ही स्वतःला समोर ठेवून बघा. सर्वप्रथम हे लक्षात घ्या, तुम्ही कोणत्या श्रेणीत येता? श्रीकांत, मि. नयन की डॉ. भावेश? जर तुम्ही श्रीकांत असाल, तर पर्वताच्या चारही बाजूनं फिरून गावाकडे बघत, गाणं ऐकून त्याच्यात गुंतू शकता. नयन असाल तर निवडणुकीच्या झेंड्यांमध्ये गुंतू शकता. डॉ. भावेश असाल तर दंगली, हिंसाचार बघून दुःखी होऊन जाल पण योग्य दिशेचं ज्ञान होताच गीत, गीता बनतं. झेंड्यांवरून ध्यान हटून इंद्रधनुष्यावर जातं आणि माथेफिरू, दंगली, जाळपोळ यावरून नभाकडे, प्रेमाकडे जातं.

हिंसा करणाऱ्या आतंकवाद्याकडे कधीही बघू नका, वरती ढगांकडे बघा, आकाशाकडे लक्ष द्या. नजर नेहमी वरती असू द्या. कावळेच खाली बघतात, मांसाचा तुकडा कुठे आहे हे शोधत असतात, हंस नेहमी वर बघतात. तुम्हालाही हंस बनायचं आहे. जे काही कराल ते हसूनच! मार्गदर्शन तर मिळत आहे. गाण्यातूनही मिळत आहे. दृश्यातूनही मिळत आहे आणि भावांतूनही मिळत आहे. आता केवळ सजग राहायचं आहे.

एक माणूस कब्रस्तानातून जात होता, तेव्हा त्याची नजर एका कबरीवर पडली, ज्यावर लिहिलेलं होतं, 'इथं एक वकील, एक प्रामाणिक माणूस दफन आहे.'

हे वाचून तो माणूस म्हणाला, 'आज जागेची इतकी कमतरता झालीय, की एकाच कबरीत दोन लोकांना दफन केलंय?'

ईश्वर : नेता, वकील, डॉक्टर व शिक्षक यांचं प्रामाणिकपणाशी नातं दुरावत आहे का, असं असेल तर परत जोडा!

अध्याय १३

संकेतांची भाषा ओळखा

सकारात्मक संकेतांचा संकेत

निसर्गाची मार्गदर्शन करण्याची एक पद्धत आहे, 'संकेत.' माणसाच्या मनात कैक तऱ्हेचे विचार चालू असतात, कधी तो द्विधा अवस्थेत असतो, तर कधी नकारात्मक भावनेमध्ये जगतो. कधी त्याच्या मनात ईर्षा आणि दुःख असतं, तर कधी खुशी, आनंद. पण प्रत्येक अवस्थेत निसर्ग त्याच्या सोबत राहून निरंतरपणे त्याला सांगत असतो, 'या अवस्थेत तुला काय करायला पाहिजे?' किंवा 'या गोष्टीचा परिणाम पुढे असा होऊ शकतो.' प्रत्येक वेळी निसर्ग मार्गदर्शन देत आहे. काही वेळा तो आपल्याला संकेतांमधून सचेत करतो. तर काही वेळा पुढे जाण्यासाठी योग्य रस्ता दाखवतो. आपल्याला केवळ त्या संकेतांना ओळखायला शिकायचं आहे.

निसर्गात प्रत्येक गोष्ट खूप सरळ आहे, फक्त ती योग्यप्रकारे समजायला हवी. संकेत ओळखणंसुद्धा सरळ सोपं आहे, केवळ आपली तयारी व्हायला हवी.

निसर्ग आपल्याला कसे संकेत देतो? ते कसे ओळखता येतील? चला एका उदाहरणातून समजून घेऊया.

एक माणूस पिकनिकला गेलेला आहे आणि अचानक त्याला शंका आली, बहुतेक घरातलं कपाट उघडंच राहिलंय. आता सगळ्या पिकनिकमध्ये त्याला ही चिंता लागून राहिली... कपाट उघडं तर नसेल राहिलं?... काही होणार तर नाही?... इत्यादी. तो घरी पण जाऊ शकत नव्हता. अशावेळी तो काय करू शकतो? तो निसर्गाकडे संकेत मागू शकतो. तो निसर्गाला म्हणू शकतो, **'तू कपाटाची काळजी घे आणि तू हे काम करत आहेस, याचा मला संकेत दे,'**

एका माणसाच्या बाबतीत अशी घटना घडली होती. त्यानं जेव्हा निसर्गाकडे संकेत मागितला तेव्हा बघितलं, की एक माणूस आपल्या सुताराशी बोलत होता. त्यानं त्यांचं बोलणं नीट ऐकलं. सुतार त्या माणसाला सांगत होता, 'मी दरवाजा लॉक केलेला आहे.' आता ते दोघं तर आपल्या कामाबद्दल काही बोलत होते. पण नेमक्या त्याच क्षणी, जेव्हा हा माणूस तिथं गेला, तेव्हा हे वाक्य म्हटलं गेलं. याचा अर्थ निसर्गानं त्याला स्पष्ट शब्दात इशारा दिला. त्याच्या कपाटाचा दरवाजा लॉक आहे तेव्हा त्याला चिंता करण्याची गरज नाही.

आता तो माणूस चिंतेतून मुक्त झाला आणि त्यानं पिकनिकची पूर्ण मजा लुटली. त्या माणसानं निसर्गाकडे संकेत मागितला होता म्हणून तो जागरूक होता. संकेत मागितला असेल तर जागरूक राहिलंच पाहिजे कारण संकेत कुठूनही मिळू शकतो.

संकेतानुसार चालण्यासाठी साहसाची मागणी

जेव्हा आपण निसर्गाला ऐकणं बंद करतो, बघणं बंद करतो, तेव्हा हळूहळू इशारे मिळणं कमी होत जातं. मग अशी वेळ येते, माणसाला वाटायला लागतं, काही चांगलं होत नाहीए. पण जेव्हा त्याला हे जाणवतं, तेव्हा पुन्हा तो ऐकणं शिकतो, बघणं शिकतो. मग हळूहळू त्या गोष्टी पुन्हा वाढायला लागतात. 'ताबडतोब सगळं व्हावं' अशी घाई कदापि करू नका. हळूहळू, वेळेबरोबर सगळ्या गोष्टी वाढत जातात.

कधी कधी खूप स्पष्ट संकेत मिळतात, तर कधी कधी अंधूक. जर तुम्हाला स्पष्ट संकेत हवा असेल तर निसर्गाशी बोला, 'मला अजून स्पष्ट संकेत पाहिजे, मला संकेत ओळखायला अशी दृष्टी दे, जेणेकरून मी संकेत ओळखू शकेन, बघू शकेन. मला संकेत ओळखण्याची समज दे. जर काही करण्याचा संकेत असेल, तर मी त्यानुसार चालू शकेन, याचं साहस दे.' संकेत, साहस आणि श्रद्धा या तीन गोष्टींमुळे तुम्ही ईश्वराच्या मार्गदर्शनानुसार कार्य करू शकाल.

संकेत ओळखा आणि त्याची मागणीसुद्धा करा. जर विचारलं नाही तर मिळणारही नाही. निसर्गनियमानुसार, माणूस विचारतो तेव्हा उत्तर येतं. उत्तर तर पहिल्यांदा विचारल्यावरच येऊ लागतं. पण तेव्हा आपण ते पकडू शकत नाही. म्हणून विचारणं चालू ठेवा. हळूहळू उत्तरं लक्षात यायला लागतील.

संकेत वेगवेगळ्या रूपात येतो, तो ओळखणं महत्त्वाचं आहे. एकच कुठली तरी पद्धत पक्की करू नका. संकेत ओळखल्यानंतर पुढची पावलं उचलण्यासाठी धाडस आणि श्रद्धेची मागणी करा. श्रद्धा यासाठी मागायची आहे कारण संकेत मिळाल्यानंतरही जर तुम्ही त्याच्यावर विश्वास ठेवला नाही, तर हा अविश्वास तुमच्या कामात अडथळा ठरतो. 'मी प्रार्थना केलेली आहे, संकेत मागितलेला आहे, तर संकेत नक्की मिळेल.' हा विश्वास बाळगा.

निसर्गाचा संकेत – ताळमेळीसह

कित्येकदा आपण बघतो, काही अंक वारंवार आपल्यासमोर येतात. समजा तुम्ही रस्त्यावरून चाललेले आहात आणि एखाद्या गाडीचा नंबर तुमच्या डोळ्यासमोर आला, तो नंबर होता ३३३. मग तुम्ही थोडं दूर गेलात आणि दुसऱ्या गाडीचा नंबर दिसला २२२. असा नंबर दिसणं हा संकेत आहे. निसर्ग ताळमेळ घालून संकेत देतो.

हे नंबर कदाचित असाही संकेत देत असतील 'तू जी प्रार्थना करत आहेस, तिचा ताळमेळ घाल. परस्परविरोधी प्रार्थना करू नकोस किंवा तू जी

प्रार्थना करत आहेस त्यावर काम सुरू झालेलं आहे.' अशा प्रकारे काही सिग्नल वारंवार येतात. काही अंक वारंवार येतात तेव्हा ते संकेत असतात. भले अंक वेगवेगळे असतील पण पुनःपुन्हा समोर येत असतील तर हे निसर्गाचे संकेत समजा.

वेगवेगळ्या लोकांसाठी वेगवेगळे संकेत

काही लोकांसाठी काही विशिष्ट संकेत जास्त येतात. सर्वांच्याचबाबतीत असं होईल असं नाही. तुम्ही तुमचा शोध घ्या, की कसे संकेत मिळतात. तुम्ही एकदा ही गोष्ट समजून घेतली तर तिचा लाभ पूर्ण आयुष्यभर घेऊ शकाल.

एका माणसाला एक नंबर दिसला, ४२५. त्याच्या जन्माची तारीख होती एप्रिल २५. याचा अर्थ त्याच्यासाठी ते अंक संकेत आहेत. जी जी गोष्ट तुमच्या समोर येते, क्षणभर थांबून तुम्ही विचार करा, ही कसला संकेत देत आहे. त्या माणसासमोर वेगळे अंक आले, पण त्याच्यातही संकेत होता. अशा प्रकारे वेगवेगळ्या लोकांसाठी वेगवेगळे संकेत असू शकतात. फक्त अंकच नाही, आणखी अनेक प्रकारच्या गोष्टींमधून निसर्ग संकेत देत असतो.

कुणाला पुस्तकाद्वारे संकेत मिळू शकतो. तुम्ही ज्या माणसासाठी प्रार्थना करत आहात, अचानक त्याचं नाव घेऊन कोणीतरी बोलतं, तर त्याच्यातही संकेत दडलेला आहे. ढगात काही चित्र दिसलं तर तोही संकेत आहे. गाण्यामधूनही मार्गदर्शन मिळू शकतं. अशाप्रकारे संदेश पकडण्याचा प्रयास करत राहायचा आहे.

संदेश डिकोड करा

पुस्तकातूनही संकेत येऊ शकतो, पॅम्प्लेटद्वारेही संकेत येऊ शकतो. कधी तुम्हाला अशी एखादी गोष्ट दिसेल जी क्वचितच दिसते. अशा गोष्टी संकेत असतात. अचानक एखाद्या दिवशी तुम्हाला फुलपाखरू दिसेल, तर असं समजा की हा निसर्गाचा संकेत आहे. एखाद्या दिवशी तुम्हाला असा एखादा पक्षी दिसेल, जो

तुम्हाला नेहमी दिसत नाही हाही संकेत असू शकतो. एखाद्या दिवशी तुम्ही इंद्रधनुष्य बघता, जे नेहमी दिसत नाही, याचा अर्थ निसर्गाकडून संकेत येत आहे. तुम्ही जे काही मागत आहात त्याच्यावर तुमची नजर जात आहे.

एक माणूस घरात बसलेला असतो आणि दोनच मिनिटांसाठी बाहेर जातो, तेव्हा तिथं एक दृश्य प्रकट होतं आणि दोन मिनिटातच संपतं. ते दृश्य खास त्या माणसासाठी निसर्गाकडून पाठवलेला संकेत असतो. तुम्ही तो डिकोड करा, संदेश ओळखा.

असंही होऊ शकतं, कधी आपल्याला एखादं अर्थपूर्ण गाणं ऐकायला मिळेल आणि त्यातून तुम्हाला संकेत मिळेल. तुम्ही प्रार्थना केली आणि काही वेळानंतर तुम्हाला गाणं ऐकू आलं, ज्याच्या अर्थावरून असं लक्षात येतं, की तुमच्या प्रार्थनेवर काम चाललेलं आहे, तुम्हाला चिंता करण्याची आवश्यकता नाही.

उदाहरणार्थ, जर तुमचा एखादा नातेवाईक आजारी असेल आणि तुम्ही त्याच्यासाठी प्रार्थना करत आहात, 'हे ईश्वरा! माझा नातलग ठीक होऊ दे आणि मला संकेत दे, की हे काम सुरू झालेलं आहे.' त्याचवेळी तुम्हाला एखादं असं गाणं ऐकू आलं, ज्यातून असा संकेत आला, तुमचा नातलग बरा होत आहे. तुम्ही बघितलं असेल, कधी एखादं गाणं सारखं तुमच्यासमोर येतं. तुम्ही चॅनल बदललं तर दुसऱ्या चॅनलवरही तेच गाणं चाललेलं असतं. यातून आपल्या लक्षात यायला हवं, जी गोष्ट तुमच्यासमोर वारंवार येते, त्याच्यात निसर्गाचा संकेत लपलेला असू शकतो.

निसर्ग प्रत्येक जीवाला कसा मार्गदर्शन देत आहे हे आता आपल्या लक्षात आलं असेल. प्रत्येक जीवाला मार्गदर्शन मिळतच आहे. आतूनही आणि बाहेरूनही. फक्त त्याला संदेश डिकोड करण्याची कला साध्य व्हायला हवी.

नकारात्मक विचार संकेत नसतात

प्रत्येक माणसाला जीवनात अनेक प्रकारचे निर्णय घेण्याची गरज भासते.

काही वेळा तो द्विधा मनःस्थितीत असतो, हा निर्णय घेऊ की तो निर्णय घेऊ.

कोणी प्रार्थना करतं, 'हा कोर्स करू की तो करू?' कोणी विचारतं, 'हिच्याशी लग्न करू की तिच्याशी? कोणी विचारतं, 'हे डील करू की नको?' कोणी विचार करतं, 'बिझनेस करू की नोकरी?' वेगवेगळ्या लोकांच्या मनात वेगवेगळी द्वंद्वं असतात. अशावेळी काय करायला पाहिजे? तर निसर्गाकडून संकेत मागितला पाहिजे, 'कृपया माझ्या दिव्य योजनेनुसार मला संकेत दे!'

अशाच तऱ्हेनं, अशाच पद्धतीनं संकेत यायला पाहिजे असं धरून बसू नका. आणि ही गोष्ट नीट लक्षात घ्या, की नकारात्मक पद्धतीनं कधी संकेत येतही नाही. लोकांकडून हीच एक चूक होते कारण त्यांना नकारात्मक विचार करण्याचीच सवय लागलेली आहे. परंतु संकेत नेहमी सकारात्मक पद्धतीने येतात. नकारात्मक विचार संकेत नसतातच मुळी. नकारात्मक विचार निसर्गाच्या विरुद्ध चाललेले असतात म्हणून तुम्हाला सकारात्मक संकेतच दिले जातात. याबाबत कधीच द्विधा मनःस्थितीत राहू नका. एखादी नकारात्मक घटना बघून 'हा संकेत तर नाही?' असा विचार करू नका. ही गोष्ट मनाशी पक्की बाळगा, कुठल्याही नकारात्मक गोष्टीचा संकेताशी सुतराम संबंध नसतो.

तणावरहित चुंबक होऊन मार्गदर्शनप्राप्ती

आपल्याला सहजपणे संकेत मिळावा, यासाठी 'तणावरहित चुंबक बनलं पाहिजे. माणूस निसर्गाकडून संकेत तर मागतो, पण काही वेळात संकेत मिळाला नाही तर त्याला तणाव यायला लागतो. तो चिंतेमध्ये उद्विग्न होऊन येरझाऱ्या घालू लागतो, 'संकेत नाही आला... अजूनपर्यंत नाही आला!'

ही चिंताच संकेत मिळण्यामध्ये अडथळा ठरते. अशावेळी सोपा संकेतसुद्धा लक्षात येत नाही. संकेत मिळण्याचा नियमच हा आहे, 'माणूस जितका तणावरहित असेल, तेवढ्या लवकर तो संकेत पकडू शकेल, ओळखू शकेल. तणावरहित चुंबकच सकारात्मक गोष्टी आकर्षित करतो.

आई-वडील खूपदा मुलांच्या चिंतेत असतात. मुलाला यायला उशीर होताच चिंता सुरू होते. अशावेळी चिंता करण्याऐवजी निसर्गाकडे संकेत मागा, 'कृपया मला संकेत दे की माझा मुलगा/ मुलगी सुरक्षित आहे.' मग मुलाच्या रक्षणासाठी प्रार्थना करा. मुलाच्या रक्षणाचा संकेत मिळताच ते रिलॅक्स होतात. जोपर्यंत तो घरी येत नाही तोपर्यंत त्यांना चिंता करण्याची गरज पडणार नाही.

मला योग्य गोष्ट मिळत नाही किंवा हा संकेत मिळत नाही असं जाणवताच स्वतःला सांगा, 'तणावरहित हो. चिंता जाऊ दे... जाऊ दे... जाऊ दे.' संकेत मिळवण्याची इच्छाच संकेत मिळवण्यामध्ये अडथळा बनते. जसजसं तुम्ही तणावरहित व्हाल, तस तसा संकेत सहजतेनं यायला लागेल.

संकेत पकडण्यात प्रवीण व्हा. जिथं कुठं द्विधा असेल, तिथं संकेत आणि साहसासाठी प्रार्थना करा. चला, ही सगळी प्रक्रिया थोडक्यात समजून घेऊया.

पहिलं पाऊल – मागा

आपल्या गरजेनुसार निसर्गाकडे मार्गदर्शन मागा म्हणजे प्रार्थना करा. ज्या माणसाच्या जीवनात जास्त समस्या असतील, त्यानं तर रोज प्रार्थना केली पाहिजे.

दुसरं पाऊल – सजग राहा

ईश्वराकडे मागितल्यानंतर, त्याचं उत्तर मिळवण्यासाठी सजग राहा. सजगता ठेवणं जरुरी आहे, नाही तर लोक प्रार्थना करून झोपी जातात. म्हणजे बेहोशीपूर्ण जीवन जगतात. प्रार्थना करून जिथं कुठं जाल, तिथं संकेत पकडण्याचा प्रयत्न करा. कुठल्या ना कुठल्या रूपात उत्तर तुमच्याकडे नक्की येईल.

तिसरं पाऊल – क्रिया करा

प्रार्थना केल्यानंतर आणि सजग झाल्यानंतर जे उत्तर आपल्याला मिळेल,

त्याच्यावर काम करणं सुरू करा. बसून राहू नका. उदाहरणार्थ, तुम्ही स्वास्थ्यासाठी प्रार्थना करत आहात आणि जर कोणी आपल्याला आरोग्यविषयक पुस्तक देऊन जातं, तर ते वाचण्याचं काम करा. 'हे माझ्याकडून होणार नाही,' असं म्हणू नका. स्वतःला स्मरण करून द्या, 'निसर्गाकडून माझ्यासाठी हा संकेत आलेला आहे.'

चौथं पाऊल – परीक्षण करा

संदेश आल्यावर क्रिया केल्यानंतर त्याचं परीक्षण करा. परीक्षण करणं म्हणजे मनन करणं, 'जो संदेश आला होता, तो नेमका काय होता? मी तो कसा डिकोड केला, कसा समजून घेतला? मी योग्य केलं की नाही? त्याचा परिणाम काय झाला?' अशा प्रकारे आपल्या क्रियांचं परीक्षण करायला हवं.

तुम्ही जेव्हा परिक्षण करून बघाल, तेव्हा परत काही उत्तरं येतील. आता या उत्तरांच्या आधारे पुन्हा तुम्ही पहिल्या पावलावर जा. पुन्हा नवीन माहितीसह नवीन प्रार्थना करा. नव्या माहितीतून नवी प्रार्थना, नव्या प्रार्थनेतून नवा संदेश, नव्या संदेशातून नवी क्रिया, नव्या क्रियेतून नवं परीक्षण होईल. अशा तऱ्हेनं तुम्ही संकेत डिकोड करण्यात आणि ईश्वराचं मार्गदर्शन प्राप्त करण्यात नैपुण्य प्राप्त कराल.

ईश्वर : 'जे काही कराल ते हसूनच करा.'

विश्वातील प्रत्येक माणूस जर ईश्वराकडून मार्गदर्शन घ्यायला शिकला, तर केवळ माणसांच्याच नाही, तर जगाच्या अधिकाधिक समस्या तत्काळ दूर होतील.

खंड २
जे काही कराल ते हसूनच

ईश्वर जर आपल्या सोबत असेल तर
आपल्या विरुद्ध कोणाचा टिकाव लागू शकेल?

- बायबल

आपण म्हातारे झालो म्हणून हसणं सोडत नाही.
आपण म्हातारे होतो, तेच मुळी हसणं सोडल्यामुळे

- मायकल प्रिचार्ड

अध्याय १४

ईश्वर कधी हसतो

हसण्यात अडथळा

ईश्वर कधी हसत असेल? जेव्हा कोणी गहू दळून आणतं आणि म्हणतं, 'मी पीठ दळून आणलंय' तेव्हा ईश्वर हसत असेल का?

जेव्हा दोन माणसं आपापसांत भांडत असतील, 'ही जमीन माझी आहे,' 'नाही, ही माझी जमीन आहे. इथं मशीद बनता कामा नये', तेव्हा ईश्वर हसत असेल का?

जर कोणी म्हणत असेल, 'हे मंदिर माझं आहे, या मंदिराची जमीन माझी आहे, या मंदिरातला ईश्वर फक्त माझा आहे', हे ऐकून ईश्वराला हसू येत असेल का?

एखादा प्रियकर प्रेयसीला म्हणतो, 'मी तुझ्यासाठी आकाशातले तारे तोडून आणीन.' यावर ईश्वर हसत असेल का?

घरी आलेला पाहुणा जेव्हा म्हणतो, 'हे माझं घर आहे,' तेव्हा ईश्वर हसत असेल का?

ईश्वर तेव्हा हसत असेल जेव्हा कोणी अफवा पसरवतं, की अमुक

तारखेला जगबुडी होणार आहे. जिथं ईश्वराला माहिती आहे, जगाचा विकास तर आत्ता कुठे सुरू झाला आहे पण हे लोक स्वार्थासाठी इतरांना भ्रमित करत आहेत.

ईश्वर तेव्हा हसत असेल जेव्हा एखादा म्हणतो, 'तुम्ही ईश्वराचा प्रसाद घेतला नाही, म्हणून ईश्वर तुमच्यावर नाराज आहे.'

तुमच्या पाठीमागे कुणी तुमचं नाव घेऊन जर म्हणत असेल, 'अमुक माणसाला चार हात आहेत,' तर तुम्हाला हसू येईल की राग? तुम्ही म्हणाल, 'जो माणूस मला ओळखतच नाही, तो माझ्याबद्दल बोलू तरी कसं शकतो? तसंच लोक जेव्हा ईश्वराबद्दल बोलतात, तेव्हा ईश्वराला हसू येत असेल.

लोक ईश्वराची निरनिराळी चित्रं बनवतात, तेव्हा ईश्वराला हसू येत असेल का? जेव्हा कोणी म्हणत असेल, 'ईश्वर के दरबार में देर है, अंधेर नही' तेव्हा ईश्वर काय म्हणेल? तो म्हणेल, 'माझ्या घरी तू कधी आलाच नाहीस तर तू कसं सांगू शकतोस, माझ्या घरी काय आहे? माझ्या घराबद्दल माहिती करून घेण्यासाठी आधी माझ्या घरी तर ये. अरे तू मंदिरात येतोस तेव्हा तरी आत कुठं येतोस? तिथंही ग्राहक बनूनच येतोस ना?' तुम्ही बघितलं असेल, ग्राहक कधी दुकानाच्या आत जात नाही, ते बाहेर काउंटरवर थांबूनच दुकानदाराला, 'मला हे पाहिजे, ते पाहिजे' असं मागतो. माणूससुद्धा ग्राहकाप्रमाणेच देवाकडे मंदिरात जातो आणि मागणी करतो 'मला हे दे, ते दे...' माझं हे काम झालं पाहिजे... ते काम झालं पाहिजे...' म्हणून ईश्वर माणसाला म्हणेल, 'प्रथम माझ्या घरी तर ये!'

तुम्ही कधी मंदिरात जाऊन ईश्वराशी बोलला आहात? 'हे ईश्वरा, मला काहीही नकोय, मी तर फक्त आपली हालहवाल विचारायला आलोय. तुम्ही कसे आहात? कसा चाललाय तुमचा संसार? सगळं ठीक ठाक तर आहे ना?' तुम्ही ईश्वराला कधी असंच भेटायला मंदिरात जात नाही. जरी गेलात तरी ईश्वराकडे

तक्रारच करता. ईश्वर आपला आवाज ऐकतच नाही, आपल्या प्रश्नांना उत्तरं कुठे देतो?

ईश्वर आपल्याला उत्तरं तर देतो पण आपल्या पद्धतीनं आणि ही वस्तुस्थिती आहे. ईश्वराची भाषा शिकण्यासाठी आपण कधी वेळ दिला आहे का? आपल्याला जर इंग्रजांची इंग्रजी शिकायची असेल तर आपण तीन महिन्यांचा कोर्स करतो, पण ईश्वराची भाषा शिकायला मात्र आपल्याकडे वेळ नसतो. तुम्ही नेहमी 'आपण ईश्वराकडे गेलो तर त्याला हे मागू, ते मागू आणि परत येऊ' असाच विचार करता. जर तुम्ही ईश्वराची भाषा शिकण्यासाठी वेळ दिला असता, तर वस्तूंची मागणी करण्याऐवजी ईश्वराकडे ईश्वराचीच मागणी करून खऱ्या हास्याचा स्वाद घेतला नसता का?

हास्यामध्ये अडथळा – मान्यता

तुम्ही ईश्वराची कल्पना कशी केलीय? या कल्पनेमुळे तुम्ही किती भ्रमात जगत आहात?

तुमच्या मनात ईश्वरासंबंधी किती मान्यता आहेत! सोमवारी हे काम केलं तर देव नाराज होईल... मंगळवारी अमुक देव नाराज होतो... शुक्रवारी आंबट खाल्लं तर अमुक देवी नाराज होते... शनिवारी केस कापले तर शनीदेव नाराज होतील... हे करायचं नाही... ते करायचं नाही. एक ना अनेक, असंख्य मान्यता... आणखी कुठल्या कुठल्या मान्यता! लोक अशा खूपशा मान्यता उराशी कवटाळून जगत आहेत, पण कोणी असा विचार करत नाही, ईश्वर नाराज का होईल? तो तर स्वतःच प्रेम आहे! आणि प्रेम कधी कुणावर नाराज होऊ शकतं का? पाण्याचा ओलेपणा कधी संपू शकतो? जसं पाणी कधी सुकत नाही, कारण त्याचा गुणच आहे ओलेपणा, त्याचप्रकारे ईश्वर कधी नाराज होऊ शकत नाही, कारण त्याचा गुण आहे – प्रेम.

माणसानं ईश्वराबद्दल आपापल्या मान्यतेप्रमाणे कल्पना रचून ठेवल्यात.

ईश्वर नाराज होत असेल वगैरे, पण खरी गोष्ट अशी आहे की ईश्वर आजवर कुणावरही नाराज झालेला नाही. जरी झाला असेल तरी या गोष्टीवर, की 'माणसाला वाटतं ईश्वर नाराज होतो.' माणूस स्वतः नाराज होत असतो, त्यामुळे त्याला वाटतं, ईश्वरही माझ्यासारखाच नाराज होत असेल पण असं काहीही नाहीए.

अशा अनेक मान्यता माणसामध्ये खोलवर रुजल्या आहेत. जसं मांजर आडवं गेलं तर वाईट होईल... तळहात खाजायला लागला तर पैसे मिळतील... डोळे फडफडायला लागले तर काही तरी अशुभ नक्की होणार... अमुक एक दिवस शुभ आहे... अमुक दिवस अशुभ आहे... आयुष्यभर या मान्यतांमध्ये गुंतून गेल्यामुळे माणसाच्या जीवनातून खरं हास्य दूर दूर निघून गेलंय.

आता मात्र आपल्याला खरं हास्य म्हणजे काय हे जाणून घ्यायचंय. सत्य काय आहे? तुम्ही हंस आहात शिवाय हसूही शकता. ईश्वर काय आहे? ईश्वर चैतन्य, चेतना आहे, जी आपल्या आत जिवंत होण्याची जाणीव आणते. ईश्वर रूप, रंग, आकार या कल्पनांपलीकडे असलेला निराकार आहे. जसं बॅटरी ही ट्रांजिस्टरचं जीवन असते. तसंच ईश्वर आपलं जीवन आहे. सत्य म्हणजे ईश्वर आपल्या अंतर्यामीच आहे हे आपल्याला जाणून घेतलं पाहिजे. ही समज मिळाल्यानंतर जो आनंद आपल्याला मिळेल, तो काळाबरोबर वाढतच जाईल, कधीही कमी होणार नाही. ईश्वरावर विश्वास ठेवलात तर तसे परिणामही मिळतील.

एक मित्र : चंद्रावर बसून प्रार्थना केल्यावर ईश्वर लवकर ऐकतो.

दुसरा मित्र : कसं काय?

पहिला मित्र : तिथून लोकल कॉल आहे.

ईश्वर : ईश्वराबद्दल कुठलीही कपोलकल्पित मान्यकथा बनवू नका.

अध्याय १५

आपली खात्री - ईश्वर हसेल की रडेल

जोरात कधी हसतो

हसणं हा माणसाचा स्वभाव आहे, या गोष्टीची तुम्हाला खात्री पटलीय का? तुम्ही चेहरा पाडूनच जीवन जगण्याच्या बाजूने असाल तर सत्य जाणून घेऊन आपला विश्वास वाढवला पाहिजे.

तुम्ही जशी खात्री बाळगाल, तसेच परिणाम तुम्हाला मिळतील. लोक वाईट आहेत, अशी खात्रीच असेल तर तसेच परिणाम मिळतील. तुम्हाला तसेच लोक भेटतील जे तुमच्याशी नेहमी वाईटच वागतील.

तुम्हाला जर खात्री असेल, की पैसे कमी आहेत, लोक पैसे घेतात आणि परत देत नाहीत, तर तुमच्यासोबत तसंच होईल.

लोक आपल्याशी नीट वागत नाहीत, तुमच्याकडे लक्ष देत नाहीत असं तुम्हाला वाटतं का? कदाचित लहानपणी जेव्हा तुम्ही खेळत होता तेव्हा तुम्हाला मागं ठेवलं जायचं. 'तू मागं राहा, तू लिंबू-टिंबू आहेस' असं म्हटलं जात होतं आणि तेव्हापासून आजवर तुमच्या डोक्यात हीच गोष्ट घर करून राहिली. मी नेहमी मागेच राहणार... मोठे झाल्यावरसुद्धा तुम्ही याच खात्रीनं जगता. मग कुणी कितीही समजावून सांगितलं, 'तू मागे नाहीस... तूही तोच आहेस.' तरी तुम्ही ते मान्य करायला सहजासहजी तयार होत नाहीत. तुम्हाला तशी खात्री पटत नाही...

तर मग आता तुम्हाला समजलं असेल, जशी खात्री बाळगाल तसाच विश्वास तुमच्या हृदयात निर्माण होईल.

एका म्हातारीनं ऐकलं होतं, प्रार्थनेत खूप शक्ती आहे. प्रार्थनेत जे काही मागितलं जाईल, ते मिळू शकतं. पर्वतांना विश्वासानं बाजूला व्हायला सांगितलं तर तेही बाजूला होऊ शकतात. मग त्या म्हातारीला वाटलं, आपणही प्रार्थना अजमावून बघायला काय हरकत आहे? बघूया ईश्वर माझी प्रार्थना ऐकतो की नाही? तिनं रात्री झोपताना प्रार्थना केली, 'माझ्या घराच्या दक्षिणेला जो डोंगर आहे, तो पूर्वेला येऊ दे. जर सकाळी असं झालं, तरच मी समजेन, प्रार्थनेमध्ये खरंच ताकद आहे, नाही तर माझ्यासाठी प्रार्थनेला काही महत्त्व राहणार नाही.' अशी प्रार्थना करून ती झोपली. जेव्हा म्हातारी सकाळी उठून घराबाहेर आली तेव्हा तिनं बघितलं, डोंगर तर आपल्या जागेवरच आहे! ती ईश्वराला म्हणाली, 'मला वाटलंच होतं, असंच होईल.' म्हणजे तिनं लगेच निष्कर्ष काढला, 'असं कधीच होणार नाही की डोंगर हलेल, प्रार्थनेत काही शक्ती वगैरे नसते, हे तर मला आधीपासूनच माहिती होतं.' अशा अविश्वासानं कुणी जर प्रार्थना केली तर ती कधीच सफल होणार नाही. कदाचित त्या म्हातारीला प्रार्थनेवरच्या विश्वासाचं महत्त्व ठाऊक नसावं, नाहीतर तिनं अशी प्रार्थना केली नसती.

ईश्वर, माणूस आणि हास्य

ईश्वर माणसाशी का जोडला गेलाय?

१) हसण्यासाठी
२) रडण्यासाठी की
३) दोन्हीसाठी म्हणजे हसण्यासाठी आणि रडण्यासाठी.

काही लोकांना वाटतं, ईश्वराचं माणसाशी अनुसंधान हे हसण्यासाठी आहे आणि काही लोकांना वाटतं, दोन्हीसाठी आहे.

ज्या लोकांना वाटतं, ईश्वराचं माणसाशी अनुसंधान हे दोन्हीसाठी (हसण्या-रडण्यासाठी) आहे, त्यांना पुढचा प्रश्न विचारला जातो –

१. हे अनुसंधान जास्त हसण्यासाठी आणि थोडं रडण्यासाठी आहे की,

२. जास्त रडण्यासाठी आणि थोडं हसण्यासाठी आहे?

ही गोष्टही लक्षात ठेवायची आहे, जशी खात्री बाळगाल, तसाच पुरावा तुम्हाला मिळत राहणार. ही विचारांची शक्ती आहे. हॅपी थॉट्स म्हणजे शुभ विचार बाळगले तर तसाच पुरावा मिळेल. आपल्याजवळ सगळं काही भरपूर आहे. हा विश्वास बाळगताच तसेच पुरावे तुम्हाला मिळतील पण हा विश्वास हृदयातून असला पाहिजे.

मग आता प्रश्न असा निर्माण होतो, की कुणाची इच्छा पूर्ण झाली पाहिजे?

१. माणसाची की व्यक्तीची महत्त्वाकांक्षा?

२. ईश्वराची की सत्याची अभिव्यक्ती

ईश्वराची इच्छा पूर्ण व्हावी असं उत्तर येताच आपल्याला दुःख आलं, रडायला आलं तर स्वतःलाच विचारा, 'कुणाची इच्छा पुरी व्हावी? तुमची की ईश्वराची?' जर तुमची ईश्वरावर भक्ती असेल, विश्वास असेल, तर तुम्ही म्हणाल आता ईश्वराचीच इच्छा पूर्ण व्हावी. मग जर ईश्वराची इच्छा पूर्ण करायची असेल, तर हसायलाच पाहिजे. कारण हीच ईश्वराची इच्छा आहे. रडायला केवळ अज्ञानामुळे येतं. शिवाय ईश्वर माणसाच्या शरीराशी रडण्यासाठी जोडला गेलेलाच नाही. ईश्वराचं अनुसंधान तर केवळ आनंद व हास्य प्रकट करण्यासाठी आणि अभिव्यक्तीसाठी आहे. आता ही समज ठेवूनच त्याची अभिव्यक्ती, त्याची इच्छा पूर्ण व्हावी आणि समजा ईश्वराला जर तुमच्याद्वारे हसायचंच असेल, तर मग जोरजोरात का हसायचं नाही?

पहिला मित्र (फोनवर) : अरे, आजच्या वर्तमानपत्रात तू माझ्या मृत्यूची खोटी बातमी वाचलीस का रे?

दुसरा मित्र : हो! तू कुठून बोलतोयस? स्वर्गातून की नरकातून?

ईश्वर : सत्य ऐकूनही लोक जाहिरातींमध्ये गुंततात.

अध्याय १६

माणसाचा मूळ स्वभाव - हास्य

जनावर आणि माणूस

तुम्ही बघितलं असेल, काही लोक नेहमी रडत असतात, सारखे रडगाणे गात असतात, तर काही नेहमी गंभीर दिसतात. काही लोक कमी हसतात, तर काही जास्त हसताना दिसतात.

जास्त हसणाऱ्या लोकांना बघून काही लोकांच्या मनात विचार येतो, हे लोक इतकं का हसतात? पण या प्रश्नाबरोबरच आणखी एक प्रश्न असाही उभा राहतो, आज या देशाची, समाजाची आणि विश्वाची काय परिस्थिती आहे? माणूस हसला तरी तो का हसतोय, असा प्रश्न लोकांना पडावा इतकी वाईट परिस्थिती आलीय. कोणी आपल्या मूळ स्वभावानुसार हसत असेल, तर याचंच लोकांना आश्चर्य वाटतं. आपण जेव्हा हसत नसतो तेव्हा कोणी विचारायलाही येत नाही, 'तुम्ही हसत का नाही? तुमचा मूळ स्वभाव कसा काय विसरला?'

अशाप्रकारे आपल्याला हसायलाही कारण शोधावं लागतं, अशी परिस्थिती आज जगात निर्माण झाली आहे. जसं, कुणाला मुलगा झाला... कुणाला उच्चपद मिळालं... कुणी परीक्षेत पास झालं... काही दुखायचं थांबलं... असाध्य आजार बरा झाला... तर आनंद मिळतो. वास्तविक हसण्यासाठी

कुठल्या कारणाची गरज आहे का? आपण विनाकारण हसू शकत नाही का?

आईला जेव्हा विचारलं जातं, 'तुझं आपल्या बाळावर प्रेम का आहे?' तेव्हा ती म्हणते, 'का नसेल, अरे! प्रेम करणं हा तर माझा स्वभाव आहे आणि आपल्या बाळावर प्रेम करायला कारण कशाला पाहिजे?' अगदी असंच हसणंही माणसाचा मूळ स्वभाव आहे. जेव्हा तुम्ही स्वाभाविक हसता, स्वतःवर आणि इतरांवर प्रेम करता, तेव्हा तुम्ही आपल्या खऱ्या स्वभावात असता. तरीही लोकांना त्याचं कारण जाणून घ्यायचं असतं. आपण कुठल्या कारणाने हसत आहोत? जसं काही विनाकारण कोणी हसूच शकत नाही.

माणूस आणि जनावर यांतील फरक

माणूस आणि जनावरात दोन फरक आहेत:

१. माणूस विचार करू शकतो, पण जनावर नाही. माणूस विचार करू शकत असल्यामुळे चांगल्या वाइटाचं लेबल, शिक्का लावतो. पण जनावरात विचार करण्याची शक्ती नसते, त्यामुळे तो लेबल लावत नाही, तो गाढव आहे की घोडा.

   माणसात विचार करण्याची शक्ती असल्यामुळे तो जनावरांपेक्षा वेगळा आहे. या शक्तीमुळेच तो अग्रेसर आहे.

२. माणूस हसू शकतो हा माणूस आणि जनावर यातील दुसरा फरक आहे. माणूस हा हसणारा प्राणी आहे, त्याला हसण्याचं वरदान मिळाल्यामुळे तो जनावरांपेक्षा वेगळा गणला जातो.

ईश्वरानं माणसाला 'हास्य' गुणानं सन्मानित करून जनावरांपेक्षा वेगळं ठेवलेलं आहे. कारण हे हास्यच आपल्याला जीवनात त्या अनुभवापर्यंत, सत्यापर्यंत पोहोचवू शकतं, ज्याची प्रत्येक माणसाला भ्रांत आहे. आपण हसत असतो म्हणजे कुणावर मेहेरबानी करत असतो का? नाही, खरंतर आपण आपला मूळ स्वभाव प्रकट करतो. जो आनंद आपल्या अंतरंगात दडलेला असतो, वास्तविक त्याचीच अभिव्यक्ती आपण करत असतो. आपण जेव्हा अभिजात गोष्टीचं (सत्याचं)

स्मरण कराल, तेव्हाच खऱ्या अर्थानं आपल्यातून हास्य उमलेल आणि मगच आपल्याला समजेल, या जगात तर सगळ्यांनाच हसण्याचा अधिकार आहे.

हसण्याचा अधिकार कुणाला आहे

डॉक्टरला कधी असं वाटेल का? त्याला हसण्याचा काही अधिकार नाही. कारण अर्ध्या रात्री त्याला रुग्णाला बघायला जावं लागतं. त्याचं जीवन इतर सर्वसामान्य लोकांसारखं नाही. त्याचं पहिलं कर्तव्य मानवसेवा हे आहे. तो रात्रभर सुखाची झोपसुद्धा घेऊ शकत नाही. कधी कोणा रुग्णाचा फोन येईल आणि कधी त्याला जावं लागेल. पण म्हणून खरंच त्याला हसण्याचा अधिकार नाही का?

एखाद्या शिक्षकाला आजकालचे विद्यार्थी किती बेशिस्त आणि उद्दाम आहेत असं वाटत असेल का? ते एकाग्रचित्तानं अभ्यास करत नाहीत, विद्यार्थ्यांना समजावता समजावता माझं पुरं आयुष्य बेकार गेलंय. तेव्हा मला काही हक्क नाही का हसण्याचा?

विद्यार्थ्यांना असं वाटत असेल का? त्यांना हसण्याचा हक्क नाही कारण त्यांना असे शिक्षक मिळालेत, जे त्यांना माणूस कमी, कोंबडाच जास्त बनवतात?

वडिलांना असं वाटत असेल का? त्यांना हसण्याचा अजिबात अधिकार नाही, कारण त्यांचा मुलगा नालायक आहे, ना अभ्यास करतो, ना नोकरी?

एखाद्या पत्नीला असं वाटत असेल का? माझा पती मला फिरायला, सिनेमाला घेऊन जात नाही म्हणून मला तर हसण्याचा हक्कच नाही?

कुणा पतीला असं वाटत असेल का? माझ्या बायकोच्या तर रोज नव्या नव्या फर्माइशी असतात म्हणून मी अजिबातच हसू शकत नाही?

एखादा शेतकरी असा विचार करत असेल का? वेळेवर पाऊस पडत नाही, पीक पाणी चांगलं आलं नाही तर अन्नदात्याच्या नशिबीच अन्न येत नाही. पिकाला चांगले दाम मिळत नसतील तर मला हसण्याचा काय अधिकार?

कोणी पोलिसवाला चोवीस तास गुन्हेगारांबद्दल आणि हत्या, लूट, दुष्कर्मांबद्दल विचार करून असं म्हणतो का त्याला हसण्याचा काही एक अधिकार नाही?

कुठल्या नेत्याला असं वाटतं का? आजकाल देशात धर्माच्या नावावर दंगे धोपे होतात, त्यामुळे मला हसण्याचा काही एक अधिकार नाही?

कुणा वकिलाला असं वाटतं का? दररोज कोर्ट कचेरीत कपट-कारस्थानं चालूच असतात, त्यामुळे मला हसण्याचा मुळीच हक्क नाहीए?

कुठल्या व्यापाऱ्याला असं वाटतं का, की व्यापारात नेहमी मंदीच्या शंकेनं मन ग्रासलेलं असतं त्यामुळे मला हसण्याचा काही एक हक्क नाही?

कुठलाही माणूस असं म्हणू शकत नाही, 'मी असा असा आहे म्हणून मला हसण्याचा काही अधिकार नाही.' प्रत्येक माणसाला हसण्याचा संपूर्ण हक्क आहे कारण हसणं माणसाचा मूळ स्वभाव आहे. जसं पाण्याचा स्वभाव आहे ओलं राहणं, वाहणं, तसंच माणसाचा मूळ स्वभाव आहे हसणं. कुणी कोरडं पाणी बघितलं नसेल. तुम्ही जर पाण्याला म्हणालात, 'तुम्ही ओलेच राहता म्हणून तुम्ही महान आहात' तर पाण्याचं उत्तर असेल, 'मी अजिबात महान नाहीए. हा तर माझा स्वभाव आहे.' पाण्यासारखंच आपल्यालाही आपला मूळ स्वभाव माहीत झाला पाहिजे. आपल्याला हसण्यासाठी कुठलंही कारण शोधण्याची गरज नाहीए याचं आकलन व्हायला हवं.

एखाद्याला जर म्हटलं, जे हसणारे लोक आहेत त्यांना काही बक्षीस मिळणार नाही. याउलट जे हसणार नाहीत, त्यांना बक्षीस मिळेल. हे ऐकून समोरच्याला वाटेल, अगदी उलट सांगताहेत! हसणाऱ्याला बक्षीस मिळायला पाहिजे, न हसणाऱ्याला नव्हे! तेव्हा त्यांना सांगितलं जाईल, हसणं हेच मुळी स्वतःमध्ये सर्वांत मोठं बक्षीस आहे. जे हसू शकत नाहीत ते मात्र निश्चितच दयेस पात्र आहेत, म्हणून त्यांना काही बक्षीस देऊन हसवलं जातं.

जे लोक विनाअट हसतात ते कधी असा विचार करत नाहीत, 'मी अमुक

अमुक कारणानं हसेन... ज्यामुळे मला बक्षीस मिळेल... माझ्या इच्छा पूर्ण होतील, मला नोकरी मिळेल... माझं बंद घड्याळ चालायला लागेल...' उलट ते असं म्हणतात, 'हास्य आणि आनंद आमच्यासाठी सर्वांत मोठं बक्षीस आहे.'

हसणं माणसाचा नैसर्गिक स्वभाव आहे. ही ईश्वरीय देणगी आहे. यानं जीवनाचा सर्वांगीण विकास होतो, ज्यामुळे माणूस नेहमी प्रसन्नचित्त राहतो. तो सुखद चिंतन आणि उच्च विचारांनी भारून जातो. एवढंच नाही तर या सगळ्या गोष्टींमुळे तो उन्नतीचं परमशिखर गाठून उत्कर्षाकडे झेप घेतो आणि आपल्या जीवनाच्या ध्येयापर्यंत पोहोचण्यात यशस्वी होऊ शकतो.

माणसासाठी हसणं हा त्याचा मूळ स्वभाव आहे हे हास्यरहस्य आपण जाणून आणि समजूनही घेतलंत. ईश्वरानं माणसाला हसण्याच्या या संपत्तीनं गौरवलेलं आहे, हसण्याचं वरदान बहाल केलं आहे. त्यामुळे त्याला हसण्याचा पूर्ण हक्क आहे. कोणीही माणूस तो अमुक अमुक संकटात आहे, अडचणीत आहे, आजारी आहे, ज्यामुळे तो हसू शकत नाही असं म्हणू शकत नाही. एका हसमुख माणसाला जेव्हा विचारलं गेलं, 'भल्या माणसा तू का हसतोस?' तेव्हा त्यानं सांगितलं 'मी स्वतःला व्यवस्थित, खुशाल ठेवण्यासाठी हसतो.' त्याला विचारलं गेलं, 'तू स्वतःला भला, खुशाल का ठेवू इच्छितोस? आपलं स्वास्थ्य ठीक का ठेवू इच्छितोस?' त्यावर त्याचं उत्तर होतं, 'म्हणजे मी अजून जास्त हसू शकेन. जीवनाचा संपूर्ण, खरा आनंद घेऊ शकेन.'

आता हास्याचे किती प्रकार असतात आणि खरं हास्य काय असतं, हे समजून घेऊया.

ग्राहक : तुम्ही कधी एखाद्या गाढवाची हजामत केलीय का?
न्हावी : नाही. तुम्ही बसा, प्रयत्न करून बघतो.
ईश्वर : इतरांना चिडवणं हे खरं हास्य नाही.

अध्याय १७

पहिलं हास्य - ओठातलं हास्य
निंदा नालस्ती

हास्य माणसाच्या आत प्रस्फुटित होऊन चेहऱ्यावर प्रकटतं. हे अभिजात हास्य आहे. खोटं हसू प्रकट झालं तरी पण त्याला कुठलं मूळ नसतं. ते हास्य फिकं असतं, खाद्य न मिळालेल्या सुकलेल्या पानासारखं फेकून दिलं जातं.

हसणारा माणूस मिळून मिसळून राहतो, तो सर्वांना आवडतो, रडणारा माणूस एकटाच रडतो, सगळ्यांना तो ओझं वाटतो. लोकांचं हृदय जिंकायचंच असेल तर सर्वप्रथम हसायला शिका.

माणसाच्या जीवनात तीन प्रकारची हास्यं असतात. पहिलं ओठातलं हास्य, दुसरं बुद्धी (हेड)चं हास्य आणि तिसरं हृदयाचं हास्य.

पहिलं हास्य - ओठांतलं हास्य

पहिल्या प्रकारचं हास्य ओठातलं असतं. हे खोटं हास्य आहे. या पहिल्या प्रकारात माणूस दुसऱ्याला त्रास देऊन, कुणाला चिडवून, कुणाची नक्कल करून, कुणाची निंदा करून, कुणाची थट्टा करून हसण्याचा आनंद घेतो.

कुणाला हसताना बघून पहिल्या प्रकारचे लोकसुद्धा हसतात. याला

‘ओठांतलं हास्य’ म्हणतात. म्हणजे जेव्हा एखादा चुटकुला ऐकतो आणि त्याला तो समजला नाही तरीसुद्धा हसतो, हे खोटं हास्य आहे. फक्त ओठांतलं.

जेव्हा कोणी कुणाला गुदगुली करतं, तेव्हा त्याला हसू येतं, पण हेदेखील ओठांतलं हास्य आहे. ज्याला गुदगुल्या होतात, तो वैतागून म्हणतो, ‘बंद करा मला गुदगुल्या करणं, असला आनंद नकोय मला.’

जे लोक ओठांतून हसतात, ते कुणाला ना कुणाला तरी त्रास देऊनच हसतात. छद्मी हसतात. असल्या हसण्यातून त्यांना खूप आनंद मिळतो. उदाहरणार्थ, एक विद्यार्थी शिक्षकाला म्हणाला, ‘एक वेड्यांचं हॉस्पिटल आहे, त्याच्या पहिल्या मजल्यावर जे काही लोक राहतात, त्यांना तुम्ही काहीही विचारा ते म्हणतात, ‘माहिती आहे.’ दुसऱ्या मजल्यावर जे वेडे आहेत, त्यांना काहीही विचारलं तरी ते म्हणतात, ‘माहीत नाही.’

मग त्या विद्यार्थ्यानं विचारलं, ‘सर ही कहाणी तुम्हाला माहिती आहे का?’ शिक्षक म्हणाला, ‘माहीत नाही.’ तेव्हा विद्यार्थी म्हणाला, ‘मग तुम्ही दुसऱ्या मजल्यावरचे वेडे आहात.’

हे ऐकून शिक्षक म्हणाले, ‘हे तर मला माहिती नव्हतं, पण तिसऱ्या मजल्यावरचे वेडे काय बोलतात, ते मात्र मला निश्चितच माहिती आहे. खरं म्हणजे, तिसऱ्या मजल्यावरचे वेडे सगळ्यांना ही कहाणी ऐकवतात. आपण सगळे त्याच पागलखान्यात, इमारतीत आहोत, त्यामुळे तू स्वतःलाही त्याच्या बाहेर समजू नकोस.’

अशा तऱ्हेनं काही लोक स्वतःला इतरांपेक्षा वेगळं समजून आपल्यातील श्रेष्ठत्व सिद्ध करू पाहतात. त्यांना वाटतं, मी श्रेष्ठ आहे, मी खूप हुशार आहे. पण वास्तव हे आहे की जगातले सर्व लोक श्रेष्ठ आहेत. सगळे हंस आहेत, हे तुमच्या लक्षात आलं पाहिजे. लोक फक्त बाहेरच्याच रंगरूपात गुंतलेले आहेत. बाहेरच्या आकारात गुंतले तर खरं हास्य प्रकटत नाही, अनुभवाच्या दृष्टीनं बघितलं तर खरं

हास्य येतं. जो विद्यार्थी सगळ्यांना पागलखान्याची कहाणी ऐकवत होता, वास्तविक त्याला कुठल्या प्रकारचं हास्य हवं होतं? सगळ्यांना एकच कहाणी ऐकवून त्याला हे तर सिद्ध करायचं नव्हतं ना, 'तुम्ही वेड्यांच्या इस्पितळातले आहात.' असं केल्याने त्याला नकली आनंद मिळत होता. पण पुढे जाऊन ते दुःखाचंच कारण बनतं.

अशा लोकांना दुसऱ्याची थट्टा करायला फार आवडतं. प्रत्येक शाळेत, कॉलेजात आणि इयत्तेत असे काही विद्यार्थी असतातच, ज्यांचं काम दुसऱ्याची चेष्टा करणं, निंदानालस्ती करणं हेच असतं. सगळी मुलं त्यांची चेष्टा-मस्करी ऐकून हसतात आणि त्यांना मजा वाटते.

अशा लोकांकडे इतरांना त्रास देण्याच्या आणखी काही पद्धतीसुद्धा असतात. उदाहरणार्थ, ते कुणाला तरी पत्र लिहितात, 'मी तुला जे पहिलं पत्र लिहिलं होतं, त्यात काही बाही लिहिलं होतं, पण कृपया त्याच्याकडे दुर्लक्ष कर.' जिथं त्यानं पहिलं पत्र लिहिलेलंच नाही. मग ज्याला पत्र मिळालं तो विचार करतो, पहिलं पत्र कुठलं आलं होतं बुवा? त्यात काय लिहिलं असेल कुणास ठाऊक? तो सगळ्यांना विचारत फिरतो, माझ्यासाठी काही पत्र वगैरे आलं होतं का? अशा तऱ्हेनं तो वैतागत राहतो कारण त्याला पहिलं पत्र तर मिळालेलं नाही. असे लोक फक्त पत्र आणि टेलिफोनद्वारे लोकांना त्रास देतात. जसं एक माणूस फोनवर कुणाला म्हणतो, 'कुमारला फोन द्या.' समोरचा म्हणतो, 'इथं कोणी कुमार राहात नाहीत' आणि फोन ठेवतो. तो माणूस पुन्हा त्याच नंबरवर फोन करून म्हणतो, 'भाऊ, कुमारला फोन द्या.' समोरचा थोडं वैतागूनच उत्तर देतो, ''हा राँग नंबर आहे, इथं कोणी कुमार बिमार राहात नाही.' आता तो माणूस तिसऱ्यांदा फोन करून म्हणतो, 'कुमारला फोन द्या.' आता समोरचा एकदम रागात ओरडतो, 'अरे! किती वेळा सांगितलं, इथं कोणी कुमार फिमार राहात नाही म्हणून' आणि फोन आपटतो. एवढं ऐकूनसुद्धा त्या माणसाला चैन पडत नाही. तो चौथ्यांदा फोन करून म्हणतो, 'हॅलो, मी कुमार बोलतोय, माझ्यासाठी फोन वगैरे आला होता का?'

अशा प्रकारे लोक कुणाला फोन करून, कुणाला पत्र लिहून, कुणाला वेड्यांच्या इस्पितळाची कहाणी सांगून हसत राहतात. असं हास्य खोटं आहे, जे ओठातून येतं. अशा हसण्यात काही आनंद नाही, उलट यात दुसऱ्या पक्षाचा त्रास झळकतो. अभिजात हास्य जेव्हा हरवतं तेव्हा अशा प्रकारचंच हास्य उरतं.

आता तुम्ही हे जाणून घेतलंत की लोक खोट्या हास्यात म्हणजे ओठांच्या हास्यातच कसे गुरफटलेले आहेत. आता दुसऱ्या प्रकारचं हास्य म्हणजे बुद्धीचं हास्य काय असतं हे जाणून घेऊया.

पत्नी : भूकंप होतोय असं वाटतय, भिंती हलतायत!
पती : काळजी करायचं काही कारण नाही, तसंही आपलं घर भाड्याचंच आहे, आपलं कुठे आहे.
ईश्वर : मूर्खाचा तर्क मूर्खता वाढवतो, मूर्खांच्या संगतीत राहिल्याने आपल्या जीवावर बेततं.

अध्याय १८

दुसरं हास्य - बुद्धीचं हास्य
हास्य रहस्य

हेड म्हणजे बुद्धी. हेडची तीन डिपार्टमेंट्स आहेत. कल्पना, स्मृती आणि विवेक. काही लोक हेडमध्ये जाऊन जोरजोरात हसतात कारण त्यांना डॉक्टरांनी सांगितलेलं असतं, 'तुम्ही हसलात तर तुमचं स्वास्थ्य चांगलं राहील.' असे लोक आपल्या आरोग्यासाठी हसतात. हे आहे बुद्धीचं हास्य.

काही लोक कल्पना करून, चित्र बघून हसतात. जेव्हा एखादा चुटकुला सांगितला जातो तेव्हा काही लोक जास्त हसतात तर काही लोक कमी हसतात. जास्त हसणारे लोक, जसं सांगितलं जाईल, तशी कल्पना करू शकतात म्हणून जास्त हसू शकतात. तशी घटना कल्पनेत होताना बघून त्यांना जास्त हसायला येतं.

एकदा दोन मित्र बाजारात चालले होते. पहिला मित्र अचानक एका मोठ्या लठ्ठ बाईला बघून जोरजोरात हसायला लागला. दुसऱ्या मित्रानं त्याला विचारलं, 'अरे! काय झालं! एवढा का हसतोयस?' त्यानं उत्तर दिलं, 'अरे ती जाडी बाई आहे ना, आमच्या कॉलेजात शिकत होती.' हे ऐकून दुसऱ्या मित्रानं त्याला विचारलं, 'अरे! मग याच्यात हसण्यासारखं काय आहे?' तेव्हा पहिला

मित्र म्हणाला, 'कॉलेजच्या काळात मी तिच्यापुढे लग्नाचा प्रस्ताव ठेवला होता, पण तेव्हा तिनं तो धुडकावून लावला, चक्क नकार दिला होता. आता मी यासाठी खुश होऊन हसतोय, की बरं झालं त्यावेळी तिनं मला नकार दिला नाही तर आज माझी काय अवस्था झाली असती? मी कसं तिला सांभाळू शकलो असतो?'

अशाप्रकारे मित्र शेखचिल्लीप्रमाणे कल्पना करून खुश होत होता. ज्याप्रमाणे शेखचिल्ली कल्पना करतो, 'या अंड्यातून पिल्लं येतील... ती विकून मी बकऱ्या घेईन... मग बकऱ्या विकून गाय घेईन... गायीचं दूध विकून पैसे कमवेन... बंगला बांधेन... त्यात भरपूर नोकर-चाकर ठेवीन... ते सगळे माझ्या मागे पुढे फिरतील...' त्याचप्रमाणे लोकही अशा कल्पना करून करून खुश होत राहतात.

काही लोक असेही असतात जे चुटकुला ऐकल्यावर हसत नाहीत. नंतर ते घरी जाऊन, आठवून हसतात कारण जेव्हा चुटकुला ऐकवला जातो, तेव्हा त्यांना हसण्याचं कारण समजत नाही. मग घरी गेल्यावर त्यांच्या लक्षात येतं, 'अच्छा! असा अर्थ होता तर चुटकुल्याचा!' असे लोक दोन वेळा हसतात. पहिल्यांदा चुटकुला ऐकताना इतरांना हसताना बघून आणि दुसऱ्यांदा घरी जाऊन. असे लोक कधी कधी तिसऱ्यांदासुद्धा हसतात, जेव्हा त्यांना आठवतं 'अरे! त्याचा अर्थ एवढा सोपा होता, जो त्यावेळी लक्षात आला नाही.' एकाच चुटकुल्यावर वारंवार हसणारे बरेच लोक आहेत.

बुद्धीचा तिसरा विभाग आहे विवेक. विवेक अर्थात समज, प्रज्ञा. काही लोक समज असल्यामुळे हसतात. असं हास्य उच्च प्रकारचं आहे. मात्र ओठांतलं हास्य, उच्च हास्य नसतं.

सदोदित हास्याचं रहस्य

एक माणूस नेहमी प्रसन्नचित्त असायचा. लोकांनी त्याला विचारलं, 'तुमच्या हास्याचं रहस्य काय आहे?' त्यानं सांगितलं, 'जेव्हा माझी आई

मृत्युशय्येवर होती तेव्हा तिनं मला जाता जाता एक समज दिली होती. त्यामुळेच मी नेहमी खुश असतो.'

लोकांनी त्याला विचारलं, 'आईनं तुम्हाला कोणती समज दिली होती, ज्यामुळे तुम्ही नेहमी हसत असता?' तो म्हणाला, 'आईनं मला सांगितलं, 'बेटा, जीवनात कधीही व्यक्ती, वातावरण किंवा व्यापार यामध्ये झालेल्या बदलांमुळे तुझं हास्य बंद होता कामा नये. असं झालं, तर समजायचं तू काळासमोर हारलास' आणि त्याला तर कधीही हारायचं नव्हतं. त्याची एखादी आवडती वस्तू मोडली, हरवली तरी त्याचं हास्य कायम राहायचं म्हणजे तो माणूस कधीही बदलला नाही. पराभवासमोर पराभव पत्करला नाही, परिस्थितीपुढे हरला नाही.

हास्य म्हणजे केवळ बाहेरून हसणं नव्हे, तर अंतरंगातून, जे हास्य उपजतं ते हृदयातून हसणं आहे. असं उच्च दर्जाचं आतलं हास्य बंद झालं तर समजायचं, की तुम्ही हारलात. याच एका समजुतीतून तो माणूस पूर्ण जीवन हसत जगतो. असा माणूस जीवनभर हसायला शिकला तर विजय प्राप्त करणं, जिंकणंच शिकल्यासारखं नव्हे का?

याच हास्याला 'विवेकाचं हास्य' म्हटलं जातं. विवेक म्हणजे सत्य आणि असत्य यातील फरक जो जाणतो, ज्याला खरं आणि खोटं हास्य काय आहे हे समजतं. खोट्या आणि खऱ्या हास्यापलीकडे असतं 'तेज हास्य.' जसं ज्ञान आणि अज्ञानापलीकडे असतं तेजज्ञान, कोलाहल आणि शांतीपलीकडे असते तेजशांती, तेजमौन. सुख आणि दुःखापलीकडे आहे तेजानंद. जे लोक आपल्यावर हसू शकतात, त्यांनाच इतरांवर हसण्याचा अधिकार आहे. विवेकी माणूस ही गोष्ट समजुतीतून जाणतो.

जे लोक इतरांच्या चुकांवर हसतात, त्यांनी स्वतःला विचारावं, 'जेव्हा आपल्या हातून एखादी चूक होते, तेव्हा आपण स्वतःवर हसतो का?' तुम्ही जर आपल्याच चुकीवर हसत असाल तर ते हास्य उच्च दर्जाचं हास्य मानलं जातं. आपल्या चुकीवर हसणं हेच सर्वोच्च हास्य आहे.

सर्वांत मोठी चूक, सगळ्यांत मोठं हास्य

जेव्हा आपल्या चुकीवर हसण्यानं समज मिळते, तेव्हा विवेक जागृत होतो. 'मी कोण आहे?' असा प्रश्न निर्माण होतो. एरवी माणूस स्वतःला शरीर मानूनच जगतो. आपण म्हणतो, 'हा माझा शर्ट आहे, हा माझा बनीयन आहे, हे माझं घर आहे.' जेव्हा जेव्हा 'माझं' हा शब्द येतो, तेव्हा त्याचा अर्थ तुम्ही त्या गोष्टी नाहीतच. म्हणजे जेव्हा तुम्ही म्हणता, 'माझं घर' याचा अर्थ तुम्ही ते घर नाहीत. अगदी त्याचप्रमाणे 'माझं शरीर' असं जेव्हा तुम्ही म्हणता तेव्हाही तुम्ही स्वतःला शरीरच मानत राहता. वास्तविक तुम्ही ही किती मोठी चूक करत असता!

मग एवढ्या मोठ्या चुकीवर किती हसायला पाहिजे! पण कोणी हसतच नाही. आपल्या चुकीवर जोवर तुम्ही हसणार नाही, तोवर तुम्हाला समज मिळणार नाही आणि विवेक तर म्हणतो, 'आपल्या चुकीवर हसून बघा. तुम्ही शरीर नाही हे किती लवकर विसरता?'

सकाळी उठताच आपल्याला दिवसभरातली कामं आठवायला लागतात, 'मला हे करायचंय... ते करायचंय... ऑफिसला जायचंय...' पण ऑफिसला जाणारं तर शरीर आहे हे कधी लक्षातच येत नाही. आपल्याला वाटतं, 'मी ऑफिसला जाईन.' किती लवकर चूक व्हायला सुरुवात झाली. त्यावेळी जर कोणी आठवण करून दिली, की ऑफिसला जाणारं तर शरीर आहे, तू नाहीस, तर किती हसू येईल!

हंस बनून जगणं म्हणजे सत्य जाणून विवेक जागृत करणं होय. विवेक जागृत झाल्यानंतर एक असं हास्य प्रकट होईल, जे ऐकून सगळी दुःखं भ्रम वाटायला लागतील.

काही लोक दुसऱ्याला त्रास देण्यासाठी हसतात. असं हसणं व्यर्थ आहे. तेच हास्य उपयोगाचं असतं, जे ऐकून सगळे हसू शकतील. प्रत्येक माणूस खुश कधी होईल, हे एका उदाहरणातून समजून घ्या.

एका राजाच्या दरबारात एक जोकर होता, जो नेहमी विचित्र करामती करत राहायचा, काही विसंगत गोष्टी बोलायचा. नेहमी उलट-सुलट शब्द बोलायचा, जे ऐकून दरबारी खूप हसायचे. खरं तर बऱ्याच लोकांना शाब्दिक कसरतींवरून हसायला आवडतं. जेव्हा शब्दात काही उलट-सुलट होतं, तेव्हा ते खूप हसतात. कधी कोणी बोलताना गडबडतं, अडकतं तेव्हा त्या लोकांना जास्त हसायला येतं.

जसं घरी अचानक पाहुणे येतात आणि आईला आपल्या मुलाला सांगायचं असतं, 'खोलीत मांजर आहे, मांजराला हाकल आणि पाहुण्यांना बसव.' पण गडबडीत तिच्या तोंडातून निघतं, 'पाहुण्यांना हाकल आणि मांजराला बसव.' आता ज्यानं हे शब्द ऐकले तो पोट धरून हसायला लागला. असे लोक शब्दांमधली गडबड ऐकून खूप खुश होतात, पण खरा आनंद तर शब्दांपलीकडे असतो हे त्यांना ठाऊक नसतं.

अशाप्रकारे त्या दरबारातला जोकरसुद्धा लोकांना शब्दांचा आनंद देत होता. तो दरबारात चुटकुले ऐकवत होता. चुटकुले ऐकून सगळे दरबारी हसून हसून बेजार झाले. एकदा चुटकुला ऐकवताना जोकरकडून काही चूक झाली. त्यामुळे राजा एकदम क्रोधित झाला. राजानं रागात त्याला शिक्षा सुनावली, 'उद्या तुला फासावर चढवण्यात येईल.' राजदरबारात खूप लोक आधीच त्या जोकरवर जळत होते, त्याच्याबद्दल कित्येक लोकांना असुया वाटत होती. त्यामुळे त्याच्या फाशीची शिक्षा ऐकून त्यांना अतिशय आनंद झाला.

त्यानंतर एकांतात जेव्हा राजानं विचार केला तेव्हा त्याला त्याच्या चुकीची जाणीव झाली. त्यानं रागाच्या आहारी जाऊन आपल्या आवडत्या जोकरलाच फाशीची शिक्षा सुनावली. त्याच्याकडून अशी मोठी चूक झालीच कशी? केवढा मोठा अनर्थ? राजा विचार करायला लागला, 'आता मी काय करू?' दुसऱ्या दिवशी दरबारात जाऊन तो जोकरला म्हणाला, 'तू आजपर्यंत आमची खूप सेवा केली आहेस म्हणून आम्ही तुला मृत्यू निवडण्याचं स्वातंत्र्य देतो. सांग, तुला

कशा प्रकारचं मरण आवडेल? फासावर लटकून? पाण्यात स्वतःला बुडवून? की कडेलोट करून?' आता जोकर विचारात पडला. त्यालाही इतक्या लवकर मरायचं नव्हतं. त्यानं आपल्या बुद्धीचा, विवेकाचा सारासार वापर केला आणि राजाला म्हणाला, 'निश्चितच म्हातारपणामुळे झालेला मृत्यू मला आवडेल.' हे ऐकून राजा अतिशय खुश झाला. कारण त्यालाही त्याच्या आवडत्या जोकरनं मरावं असं वाटत नव्हतं.

या कहाणीच्या शेवटी तुम्हाला समजलं, कशा प्रकारे जोकरनं योग्यवेळी आपली बुद्धी आणि विवेकाचा वापर करून दरबारात उच्च हास्य प्रकट केलं. बुद्धी आणि विवेकातून प्रकट झालेल्या हास्यावर सगळे हसतात आणि आनंद प्राप्त करतात. तेच हास्य सर्वोच्च आहे. असं हास्य आपण आपल्या जीवनात कसं आणायचं, हे पुढच्या भागात दिलेल्या हृदयाच्या हास्यातून जाणून घेऊया.

पादरी : दारू आपली दुश्मन आहे, तिला हात लावू नका.
शराबी : तुम्हीच तर म्हणता आपल्या शत्रूवर प्रेम करा.
ईश्वर : बुद्धीचा गैरवापर करू नका, बुद्धी भ्रष्ट करणारे पदार्थ सेवन करू नका.

अध्याय १९

तिसरं हास्य - हृदयातलं हास्य
पोट किंवा डोळे

तिसरं हास्य हृदयातून येणारं हास्य आहे, ज्याला तेजस्थानी हास्यही म्हणतात.

माणसाच्या आतून हास्य फुटण्याआधी त्यानं हृदयात डुबकी मारलेली आहे का? मौनात डुबकी मारली आहे का?

माणसानं जर हृदयात डुबकी मारली असेल तर ते हास्य हृदयाचं हास्य असतं. कारण मौन आणि हास्य दोन्ही एकाच सत्याचे दोन पैलू आहेत. तुम्ही बाहेरचं मौन हेच खरं मौन समजता. कोणी शांत बसलं तर तुम्ही म्हणता, तो मौनात आहे. पण ते खरं मौन नाही. कोणी बाहेरून शांत बसू शकतं, पण त्याच्या आत विचारांचा गदारोळ उठलेला असतो, म्हणून त्याला मौन म्हणता येत नाही. हास्य जेव्हा मौनात डुबकी मारून येतं तेव्हा त्याला हृदयाचं हास्य म्हणता येईल.

जसं कोणी मधात बोट बुडवून चाटलं तर त्याला किती स्वाद येईल! पण कोणी मधात बोट बुडवल्याशिवायच चाटत असेल तर त्याला कसलीच चव येणार नाही. जे हास्य मौनातून आलेलं नाही ते पोकळ हास्य आहे. आता आपल्याला हे समजून घ्यायचंय, की हृदयातून कशा प्रकारे हास्य फुटायला पाहिजे? हृदयात

काय आहे? हृदयातून आपल्याला काय जाणायचं आहे? आपण कसं त्या तेजस्थानावर जायचं? तो प्रकाश, तो सनडे आणि सनलाइट आपण प्राप्त कसा करायचा?

डोळे हृदयाचा आरसा आहेत

डोळ्यांवरून तुम्ही हास्य ओळखू शकता कारण डोळे कधीच खोटं बोलत नाहीत. आपलं हास्य कुठल्या प्रकारचं आहे हे ते दर्शवतात. डोळे हे असं इंद्रिय आहे, ज्यातून हृदयाचा सच्चेपणा कळतो. बाहेरून माणूस म्हणतो, 'मी खूप आनंदात आहे' पण त्याचे डोळे सांगतात, तो कुठल्या प्रकारच्या आनंदात आहे. तो आनंद ओठांतून, बुद्धीतून, कल्पनेतून, आठवणीतून, विवेकातून किंवा हृदयातून आलेला आहे का? हृदयातून आलेला आनंद तुम्ही डोळ्यांवरून ओळखू शकता कारण डोळे हास्य ओळखण्याचे माध्यम आहेत, संकेत आहेत.

हास्य ओळखण्याचा आणखी एक पॉइंट म्हणजे पोट. काही लोक जेव्हा हसतात तेव्हा त्यांचं पोट उसळ्या मारायला लागतं, गदगदा हलतं. परंतु सगळ्यांचंच पोट तेवढं मोठं नसतं, की हास्य ओळखता येईल. त्यामुळे डोळेच तुम्हाला सगळं काही, योग्य ते सांगू शकतात.

अशाप्रकारे हृदयाचं हास्य उच्च हास्य कसं आहे हे तुम्ही जाणून घेतलंत.

मनमुख : आजकाल बाजारात हास्याला खूप भाव आहे.

हसमुख : नाही! अभाव आहे!

ईश्वर : आपलं खरं हास्य शोधा.

अध्याय २०

हसणं - एक प्रयोग
आपलं हास्य ऐका

एका प्रयोगातून तुम्ही तुमच्या हास्याचा अनुभव घेऊ शकता. हे एका उदाहरणातून समजून घेऊया.

एक माणूस कुठल्यातरी कंपनीच्या मॅनेजरचं भाषण (लेक्चर) ऐकायला गेला. जेव्हा तो भाषण ऐकून घरी परतला तेव्हा बायकोनं विचारलं, 'कसं झालं आजचं भाषण? लेक्चररनं बोर तर केलं नाही ना?' तो माणूस म्हणाला, 'अरे! भाषण देणारा आलाच नाही त्यामुळे त्यांनी मलाच स्टेजवर उभं केलं!' हे ऐकून बायकोनं विचारलं, 'अच्छा! म्हणजे तुम्ही भाषण दिलं तर? मग लोकांनी भाषणाची मजा घेतली की नाही? की लोक कंटाळले?' यावर तो म्हणाला, 'माहीत नाही, मी माझं भाषणच ऐकलं नाही, कारण स्टेजवर गेल्यावर मी नर्वस झालो होतो. मी जे काही बोललो ते ऐकूच शकलो नाही.'

या उदाहरणावरून समजून घ्या, तुम्ही कधी आपलं भाषण किंवा हास्य ऐकलं आहे का? जेव्हा कधी तुम्ही हसता, तेव्हा स्वतःचं हास्य ऐकू शकत नाही कारण तुमचं लक्ष नेहमी बाहेरच असतं. निसर्गाचा नियम आहे, 'ज्या गोष्टीवर ध्यान द्याल ती वाढेल.' आई-वडील मुलांकडे लक्ष देतात म्हणून मुलं फुलतात, प्रगती करतात, त्यांचं आरोग्य चांगलं राहतं. याउलट, जर मुलांकडे लक्ष दिलं नाही तर त्यांचं स्वास्थ्य आणि चारित्र्य दोन्ही बिघडतं.

त्यामुळे हास्याचा हा प्रयोग घरी करून बघा. या प्रयोगात तुम्ही पंधरा सेकंदापर्यंत हसा आणि आपलं हास्य ऐका. स्वतःला हसतानाही बघा आणि ऐका. तुम्ही आपल्या हसण्याचा अनुभव घेताच तुमचं हास्य वाढेल. तुम्ही खुले व्हाल, बहराल आणि मुक्तपणे खुलून हसू शकाल. या प्रयोगादरम्यान जेव्हा हसाल, तेव्हा फक्त स्वतःचंच हास्य ऐका, इतरांचं नाही.

आजपर्यंत असंच कित्येकदा आपण हसत आलो आहोत, पण कधी आपलं हास्य ऐकलं नाही. त्यासाठी क्षणभर पुस्तक वाचणं बंद करा आणि काही वेळ जोरात हसा. जोरजोरात हसा (जर तुम्ही एकटे असाल तर). हसताना आपलं हास्य ऐका, आपल्या हसण्याकडे लक्ष द्या. हसणारे लोक सहजतेनं, शरीराला हानी न पोहोचवता दुःख सहन करू शकतात ही गोष्ट आज विज्ञानानं प्रमाणित केलेली आहे. आज कित्येक शहरांमध्ये लाफिंग क्लब उघडलेले आहेत, जिथं लोक खुलेपणानं जोरजोरात हसतात. जेव्हा कधी हसण्याची संधी येईल, तेव्हा स्वतःचं हास्य ऐका. तुम्ही जेवढं आपल्या हास्यावर लक्ष द्याल, तेवढं ते वाढणार आहे. 'जशी खात्री तुम्ही बाळगता, तसे पुरावे तुम्हाला मिळतील' हा नियतीचा नियम आहे. कोणी खात्री बाळगतं, जीवन हे बदलण्यासाठी आणि हसण्यासाठी आहे. तर त्याला तसेच पुरावे मिळतील. कोणी अशी खात्री बाळगत असेल की जीवन दुःखाचा सागर आहे, तर त्याला तसेच पुरावे मिळतात.

हास्यप्रयोगानं आपण आपल्या आत नवचैतन्याचा अनुभव करतो. आज कित्येक ठिकाणी हास्य क्लब उघडले जाताहेत, त्याचं कारण आहे, 'खुलेपणानं हसणं आणि आपलं हास्य ऐकणं.'

शिष्य : आपण विनाकारण का हसता?
झेन मास्टर : हसण्यामुळे गाढवं पळून जातात
शिष्य : पण इथे तर कोणी गाढव नाहीए!
झेन मास्टर : बघितलं, मी म्हटलं होतं ना!
ईश्वर : हसण्यासाठी काही कारणांची नाही तर तुमची गरज आहे.

अध्याय २१

आपली भीती आणि रागावर हसायला शिका

निसर्गाचा नियम

आपल्या भीती, चिंता, क्रोध आणि मूर्खपणावर आपल्याला हसायला शिकलं पाहिजे. कारण हसणं प्रत्येक रोग ठीक झाल्यानंतर मलमाचं काम करतं. खूप कमी लोक असे असतात, जे आपल्या भितींवर हसणं जाणतात. हसण्यामुळे आपले विकार आपल्या नियंत्रणात येतात हे त्यांना माहिती असतं.

उदाहरणार्थ, कुणाला झुरळाची भीती वाटत असेल, तर त्यानं स्वतःवर हसून बघायचं, 'इतक्या छोट्याशा जीवाची मला भीती वाटतेय...हा! हा! हा! हा जीव काय मला पकडू शकेल? की तो स्वतःच मला घाबरतोय?'

अशा प्रकारे आपल्या भीती आणि चिंतांवर हसण्यामुळे तणावपूर्ण वातावरण शुद्ध आणि हलकं होतं. मनाच्या अनुकूल परिस्थितीत सगळे हसू शकतात, एक मूर्खही हसू शकतो. त्यात काही मोठी गोष्ट नाही, पण आपल्या मनाप्रमाणे काहीही होत नसेल आणि तरीही तुम्ही हसत असाल तर त्यासाठी आपल्याला धाडसाची, धैर्याचीच गरज असते.

तुमचे बत्तीसच्या बत्तीस दात सहीसलामत आणि सुंदर आहेत आणि तुम्ही हसत आहात, तर त्यात काही मोठी गोष्ट नाही. पण तुमचे पुढचे दोन दात

पडलेले असतील आणि तरीही तुम्ही मोकळेपणाने हसत असाल तर हे मात्र नक्कीच धाडसाचं काम आहे.

आत्तापर्यंत आपल्याला इतरांना हसणं माहिती होतं. स्वतःवर हसणं जेवढं कठीण, तेवढंच दुसऱ्यावर हसणं सोपं आहे. परंतु, दुसऱ्याच्या भीतीवर, चिंतांवर, त्रासांवर हसण्याचा हक्क फक्त त्यांनाच आहे, ज्यांना आपल्या भीती, चिंतांवर हसणं ठाऊक आहे. जे आपल्या चुकांवर हसू शकतात, त्यांनाच दुसऱ्याच्या चुकांवर हसण्याचा हक्क आहे.

म्हणून आजपासूनच हा संकल्प आपण करूया, 'जेव्हाही भीती, चिंता, निराशा, त्रास यांचा पूर्वाभास होईल, अशा परिस्थितीत आपण स्वतःवरच हसणार आहोत. आपल्या चुकांवर हसणं, आपल्या मूर्खपणावर हसणं, मलमाचं काम करतं. जसं :

दोन मित्र रस्त्यावरून कुठंतरी चालले होते. वरून एका कावळ्यानं पहिल्या मित्राची खोड काढली. दुसरा मित्र म्हणाला, 'अरे! तुझ्याबाबतीत हे फार वाईट झालं. तू तर इंटरव्ह्यूला चाललायंस, असं व्हायला नको होतं.' दुसरा मित्र मोठ्या काळजीवाहकपणे बोलत होता. तेव्हा पहिला मित्र, ज्याला स्वतःवर हसून, वातावरण हलकं फुलकं बनवण्याचं रहस्य माहिती होतं, म्हणाला - 'अरे! आभार मानले पाहिजेत की हा कावळाच होता! जर गाय उडू शकत असती तर विचार कर माझं काय झालं असतं?' अशाप्रकारे पहिल्या मित्रानं हास्य-विनोदानं गंभीर वातावरणही हलकं फुलकं केलं.

दिवसभरात आपण बऱ्याचशा लोकांना भेटतो, त्यांच्याशी संभाषण करतो. यातील काहींना जास्त राग येतो, तर काहींना कमी. राग म्हणजे आपल्या आतील विचारांना व्यक्त करण्याची एक पद्धत. ज्या व्यक्तीमध्ये जेवढा जास्त तिरस्कार, घृणा असते, ती तेवढाच जास्त क्रोध करते. ज्याच्या चेहऱ्यावर हास्य असतं, त्याला कमी राग येतो. असं समजा की शरीर मनाचा आरसा आहे. जे आत असेल, तेच बाहेर प्रकट होतं.

जो माणूस आतून आनंदानं भरलेला असेल, तो जे काही करेल ते हसत हसतच करेल. तो आनंदित राहील आणि सगळ्यांना आनंदच वाटेल. भले त्याच्या समोर रागावलेला माणूस आला तरी. जसं फळांनी लगडलेल्या झाडावर जर कोणी दगड मारला, तरीसुद्धा ते झाड फळच देतं. जसं ढग पाण्यानं भरले तर पाऊस पडेल, पाणीच वाहील, त्याच्यातून आग येणार नाही. त्याच प्रकारे ज्या गोष्टीनं तुम्ही भरलेले असाल, तीच तुमच्यातून निघेल. जर कोणी राग व्यक्त करत असेल आणि तुम्ही आनंदानं भरलेले असाल, तर तुमच्यातून आनंदच वाहील.

आपण नेहमी जे काही कराल ते हसतच करा, हाच या सगळ्या गोष्टींचा अर्क आहे. जेव्हा तुम्ही दुसऱ्याला आनंद वाटता तेव्हा त्याबदल्यात लोकांकडूनही आपल्याला आनंदच मिळतो. जे तुम्ही द्याल, तेच तुम्हाला मिळणार आहे कारण हा निसर्गाचा नियम आहे. जेव्हा दोन्हीकडून हास्य होईल तेव्हा क्रोध होण्याची शक्यता कमी होईल.

पाहुणे : मी जेव्हा जेवायला बसतो, तेव्हा तुमचं कुत्रं मला बघून गुरगुरतं.
यजमान : तुम्ही काळजी नका करू, खरं म्हणजे तो आपली प्लेट ओळखतो.
ईश्वर : सर्वप्रथम सत्य जाणा.

अध्याय २२

पहिलं हास्य आणि शिस्त

रडण्या - हसण्यातला फरक

हसण्याच्या प्रयोगात नेहमी सामान्य बुद्धीचा वापर अवश्य करा. नाहीतर हे पुस्तक वाचून कोणी म्हणेल, आम्ही हास्यावरचं पुस्तक वाचलंय म्हणून आम्ही शाळेत जाऊन हसलो, पण आम्हाला खूप मार मिळाला.

म्हणून पहिल्यांदाच तुम्हाला सांगितलं जात आहे, सामान्य बुद्धी (कॉमन सेन्स)चा वापर करायला विसरू नका. तुम्ही ज्या ठिकाणी आहात, तिथलं वातावरण बघूनच हसा आणि आपलं हास्य ऐका. तुम्ही जेवढं आपलं हास्य ऐकाल, तेवढं अधिक खुलून हसू शकाल.

हे एका उदाहरणावरून समजून घेऊया. वर्गात मुलांना भांडताना बघून शिक्षक म्हणाले, 'भांडू नका, मिळून मिसळून राहा, एकमेकाला मदत करा. हा नियम नेहमी लक्षात ठेवा.' हे ऐकून एक मुलगा शिक्षकाला म्हणाला, 'तुम्ही म्हणता मिळून मिसळून राहा, एकमेकाला मदत करा, पण जेव्हा परीक्षेत आम्ही मिळून मिसळून एकमेकाला मदत करतो, तेव्हा मात्र तुम्ही नाराज होता!' या उदाहरणावरून असं लक्षात येतं, की शिक्षक मुलांना कुठल्या उद्देशानं एकत्र राहण्याची परवानगी देत आहेत आणि मुलं त्यांना कुठल्या उद्देशानं परवानगी मागत आहेत.

नियम जिथं लागू होतो, तिथेच त्याचा वापर करा. जिथं आपल्या हसण्यानं कुणाला त्रास होत असेल, तिथं या हास्याच्या नियमाचा वापर करू नका, तिथं हसू नका. यातच आपलं भलं आहे.

तुमचे डोळे हसत असतील तर काही अडचण नाही, पण जेव्हा तुम्ही मोठ्यानं हसता, तेव्हा या नियमाची काळजी घ्या. संधी मिळेल, तेव्हा हा प्रयोग नक्की करा. बुद्धीनं, समजुतीनं, विवेकानं आपल्या चुका जाणून हसा. तुम्ही स्वतःला काय मानून जगत आहात? आजपर्यंत ईश्वराबद्दल, आपल्याबद्दल, आपल्या शरीराबद्दल तुम्ही काय मानून जगत आहात? ती चूक जाणून घेऊन हसा.

पहिलं खरं हास्य

ज्यावेळी आपल्याला आपल्या अज्ञानाचं ज्ञान होतं, त्याचवेळी प्रथमच आपण खुलेपणानं हसता.

जसं एक ज्ञानी सद्गुरूजवळ गेला आणि म्हणाला, 'गुरुजी, मला ज्ञान द्या.' सद्गुरू म्हणाले, 'ज्ञान प्राप्त करण्यासाठी तुला एक प्रयोग करावा लागेल. बाहेर पाऊस पडतोय, बाहेर जाऊन, आकाशाकडे बघत हात वर करून उभा राहा, दोन-तीन मिनिटांपर्यंत त्याच मुद्रेमध्ये उभा राहिलास तर तुझ्यात आसमानी ज्ञान उतरेल. तो माणूस एकदम खुश झाला आणि बाहेर पावसात आकाशाकडे हात करून दोन तीन मिनिटं उभा राहिला. मग अचानक त्याला स्वतःवर हसू आलं आणि तो आत आला. गुरुजींनी विचारलं, 'काय झालं? तू आत का आलास?' त्यानं उत्तर दिलं, 'जेव्हा पावसात हात वर करून उभा होतो, तेव्हा अचानक विचार आला, अरे मी किती मूर्ख आहे! किती मूर्खपणाचं काम करतोय! मला स्वतःवर हसू आलं आणि मी आत आलो.'

हे ऐकून गुरुजी त्याला म्हणाले, 'आज एवढं ज्ञान पुरेसं आहे. आज एक

समज तुझ्यामध्ये उतरलीय, कमीत कमी तुला आपल्या मूर्खपणाची जाणीव तर झालीय.'

अशा तऱ्हेनं हंसालाही माहिती होईल, की तो स्वतःला ते घुबड मानून जगत आहे. त्याला आपल्या मूर्खपणाची जाणीव झाली तर? तर त्याच्या आतून पहिलं हास्य प्रकटेल. हे एका उदाहरणावरून जाणून घेऊया.

गौतम बुद्धाच्या एका भिक्षूला विचारलं गेलं, 'तुम्ही खूप वृद्ध आहात, आपलं वय काय आहे?' तेव्हा त्यानं उत्तर दिलं, 'माझं वय पाच वर्षे आहे.' ऐकणाऱ्यानं आश्चर्यानं विचारलं, 'आम्हाला वाटलं, तुम्ही आपलं वय साठ वर्षं सांगाल, सत्तर वर्षं सांगाल. पण तुम्ही तर एकदम पाच वर्षं सांगत आहात! असं कसं शक्य आहे?' यावर भिक्षूनं उत्तर दिलं, 'होय, माझं वय पाच वर्षं आहे. ज्या दिवशी मला बुद्धांकडून ज्ञान मिळालं त्या दिवशी माझ्यात पहिलं हास्य प्रकटलं, तोच माझा पहिला जन्मदिवस होता, या गोष्टीला पाच वर्षं झाली. त्याच्या अगोदर जे काही होतं, केवळ भ्रम होता.'

या उदाहरणावरून असं स्पष्ट होतं की एक असंही हास्य असतं, जे ज्ञानप्राप्तीनंतर प्रकटतं. हे हास्य लवकरात लवकर आपल्या जीवनात हंस बनून यावं, तेव्हाच आपलं खरं जीवन सुरू होईल. घुबड, जे नव्हतंच त्याचा अंत होईल. घुबड ही तर केवळ मान्यता होती. हंस स्वतःला घुबड मानत होता. हे सत्य जाणल्यावर तुमच्यातून पहिलं खरं हास्य प्रकट होईल.

जे करायचं ते हसत हसत कसं करता येईल? हसत हसत जगणं कशाला म्हणतात? हृदयाचं हास्य कशाला म्हणतात? हे पुढच्या उदाहरणावरून लक्षात येईल.

एक डॉक्टर एका गावात गेला. त्या गावातल्या प्रत्येकालाच कशाची ना कशाची तरी भीती वाटत होती. कुणाला पालीची भीती वाटत होती तर कुणाला

सरड्याची, कुणाला कुत्र्याची, तर कुणाला अस्वलाची. त्यात काही लोक असेही होते ज्यांना सगळ्या प्राण्यांची भीती वाटत होती.

डॉक्टरांनी गाववाल्यांवर खूप उपाय केला पण अजिबात फरक पडला नाही. एके दिवशी डॉक्टर गावकऱ्यांना म्हणाले, 'आपण एक जत्रा भरवूया. त्या जत्रेत आपणा सर्वांना मुखवटा दिला जाईल. तो मुखवटा परिधान करताच तुम्ही सगळे मुक्त व्हाल, मोकळेपणाने हसू शकाल. त्याबरोबरच मुखवट्याचा अजून एक फायदा होईल, तुम्ही ज्या गोष्टीला घाबरता, ती गोष्ट तुमच्या समोर असली तरीही तुम्हाला भीती वाटणार नाही. तुमची भीती कायमस्वरूपी संपुष्टात येईल. मुखवट्यामुळे तुम्हाला कोणी ओळखणारसुद्धा नाही.'

डॉक्टरांच्या कर्मचाऱ्यांनी गावातील सगळ्या लोकांच्या चेहऱ्याची मापं घेऊन, त्या हिशेबानं मुखवटे बनवून दिले. मुखवटे दिल्यावर डॉक्टरांनी सगळ्या लोकांना सांगितलं, 'या जत्रेत लोक पाल, सरडा, कुत्रं आणि अस्वलाच्या वेषात येतील. तिथं ते सगळे प्राणी असतील ज्यांची तुम्हाला भीती वाटते. तुम्हाला त्याच प्राण्यांबरोबर खेळायचं आहे, ज्यांना तुम्ही घाबरता. मुखवटा घालताच नाचणं, हसणं, गाणं आणि मस्ती सुरू होईल.'

सगळ्यांनी आपापले मुखवटे घातले आणि नाचू गाऊ लागले. आता तुम्हीच सांगा, त्यांना नाचताना उड्या मारताना बघून सगळ्यात जास्त हसू कुणाला आलं असेल? सर्वांत जास्त हसू आलं असेल डॉक्टरांच्या त्या कर्मचाऱ्याला. कारण फक्त त्यालाच माहिती होतं, कोणत्या मुखवट्याच्या मागं कोण आहे? तसं पाहिलं तर कर्मचाऱ्यानं, मुखवट्यामागं कोण आहे हे कोणालाही सांगितलं नव्हतं, पण माकडासारख्या उड्या मारणारा माणूस तोच आहे, जो माकडाला सगळ्यात जास्त घाबरतो हे त्याला माहिती होतं.

ज्या दिवशी मुखवट्यामागचा असली चेहरा तुम्ही बघू शकाल, त्या

दिवशी आपल्याही आतून, हृदयातून हास्य उमटेल. सर्वांच्या मुखवट्यामागं एकच चेहरा आहे, हे ज्या दिवशी तुम्हाला ज्ञात होईल तेव्हाच हृदयातलं हास्य तुम्ही खऱ्या अर्थानं ओळखू शकाल.

हृदयातलं हास्य

एका संतानं आपल्या शिष्यांना विचारलं, 'रात्र कधी संपते आणि सकाळ कधी सुरू होते हे कसं ओळखायचं? म्हणजे कसं कळणार की रात्र संपलेली आहे आणि आता अज्ञानाचा नाश झालेला आहे?'

तेव्हा पहिल्या शिष्यानं उत्तर दिलं, 'जेव्हा आपल्याला गाय आणि घोडा यातला फरक समजेल, तेव्हा समजायचं की रात्र संपली.'

दुसऱ्या शिष्यानं उत्तर दिलं, 'जेव्हा आपल्याला लिंबाचं झाड आणि आंब्याचं झाड यातला फरक कळेल तेव्हा रात्र संपलीय असं समजायचं.'

तिसऱ्या शिष्यानं उत्तर दिलं, 'जेव्हा तुमच्यात आणि माझ्यात, अपमान आणि सन्मानात, सुख आणि दुःखात, गोंगाट आणि शांतीमध्ये, रडण्या आणि हसण्यात, मुसलमान आणि हिंदूंमध्ये फरक जाणवणार नाही, तेव्हा समजायचं, की आता रात्र संपली, अज्ञानाचा नाश झाला.'

अर्थातच तिसऱ्या शिष्याचं उत्तर योग्य समजलं गेलं.

समाजात भरपूर लोक आहेत, पण प्रत्येक मुखवट्यामागं जी एक समान गोष्ट आहे, जी सत्य अनुभवानंच दिसते. वास्तविक तोच अनुभव घेण्यासाठी, जाणण्यासाठी आपण शरीररूपी मुखवट्याशी जोडलो गेलो आहोत. हा मुखवटा अडथळा नाही तर वरदान आहे. पण अज्ञानामुळे हा मुखवटा अभिशाप बनतो. आपण स्वतःलाच मुखवटा समजून त्याला चिकटून राहतो. या मुखवट्यावर कुणी चिखल फेकला, तर आपल्याला वाटतं, हा चिखल मलाच लागला. या मान्यतेमुळे आपल्याला दुःख होतं आणि आपलं हास्य लोप पावतं, बंद होतं.

जेव्हा तुम्ही कार चालवता, तेव्हा कारला चिखल लागल्यामुळे तुम्ही दुःखी होता का? नाही. कारण चिखल तुम्हाला लागला नसून कारला लागला आहे आणि तुम्ही कार नाही हे चांगल्या प्रकारे माहिती असतं. तसंच मुखवट्याला आपलं वाहन (कार) समजा आणि सदोदित आनंदात राहा.

प्रेयसी : मी तुला नेहमी हसण्यासाठी प्रेरणा देईन, तुझी सगळी दुःखं, वेदना वाटून घेईन.
प्रियकर : पण मला तर कुठलं दुःखच नाही, मी तर हसतच असतो.
प्रेयसी : मी लग्नानंतरचं सांगत्येय.
ईश्वर : दुःखाला आमंत्रण देण्यापूर्वी सजग व्हा.

प्रार्थना ती असते - जेव्हा आपण ईश्वरासमोर आपलं म्हणणं मांडतो.
ध्यान ते असतं - जेव्हा आपण ईश्वराचं म्हणणं ऐकतो.

— डायना रॉबिन्सन

खंड ३
विशेष संग्रह

आपण जर सकाळी दहा वाजेपर्यंत खुश राहाल,
तर बाकीचा दिवस स्वतःच आपली पर्वा करेल.

– अल्बर्ट हबाड

अध्याय १

हास्य अभिव्यक्ती

आनंदित राहणं ईश्वराचा स्वभाव आहे आणि हसणं ईश्वराची अभिव्यक्ती आहे. ईश्वराच्या अनेक अभिव्यक्तीपैकी एक आहे 'हसणं.' अभिव्यक्तीसाठी कोणी भजन लिहितं, कोणी गाणं गुणगुणतं, कोणी प्रवचन लिहितं, कोणी प्रवचन देतं. कोणी सेवाकार्याची अभिव्यक्ती करतं, तर कोणी दोहे गातं. अशा प्रकारे माणूस अनेक प्रकारच्या अभिव्यक्ती करतो. एखादं शरीर नृत्यातूनही अभिव्यक्ती करतं. या अभिव्यक्ती व्यतिरिक्त हसणं किंवा आनंदित राहणं हीदेखील एक प्रकारची अभिव्यक्ती आहे. जेव्हा तुम्हाला सत्याची, 'स्व'ची जाणीव होईल तेव्हा अशा प्रकारची अभिव्यक्ती सहजपणे आपल्याकडून होऊ लागेल.

माणसाकडून वेगळ्या प्रकारची अभिव्यक्ती होते आणि जनावरांकडून वेगळ्या प्रकारची हे तर आपल्याला माहितीच असेल. आता लोकांना वाटतं, माणूस हसू शकतो तर मग जनावर का नाही? जिथं माणूस आणि जनावर दोघंही रडू शकतात. ज्यावेळी एखाद्या शरीरावर दबाव येतो त्यावेळी दबावमुक्त होण्यासाठी त्याच्या डोळ्यांतून अश्रू ओघळतात. शरीरावर आलेल्या दबावातून मुक्त होण्याची ही नैसर्गिक प्रक्रिया आहे. ईश्वरानंच ही पद्धत बनवलेली

असल्यामुळे शारीरिक स्वास्थ्यासाठी ती आवश्यकही आहे.

स्त्री सहजपणे रडू शकते त्यामुळे तिचा तणाव कमी होतो. पण पुरुष रडू शकत नाहीत त्यामुळे ते तणावातून आजारांना आमंत्रण देत राहतात. खरंतर अश्रू तणावमुक्त करण्यासाठी असतात. जनावरंसुद्धा हीच पद्धत अमलात आणतात. कुठल्याही कारणानं, आजारामुळे, कुठल्याही तणावातून मुक्त होण्यासाठी त्यांच्याही डोळ्यांतून अश्रू वाहतात. जनावरं ज्या वातावरणात जगत असतात तेथे आजूबाजूच्या सगळ्या जनावरांना धोका असतो, पण जेव्हा ते त्यातून मुक्त होतात, धोक्यातून दूर होतात तेव्हा पुन्हा सामान्य जीवन जगू लागतात.

वातावरणाचा जर दबाव असेल तर शरीर स्वतः अश्रू ढाळून त्या तणावातून मुक्त होतं. जनावरं विचार करून अश्रू ढाळत नाहीत. एखादं जनावर रडल्यानंतर कधी असा विचार करत नाही, 'मी का रडत होतो?' तिथं सहजतेनं अश्रू येतात. जो जो दबाव, तणाव त्यावेळी येतो, त्यातून तो मुक्त होतो, पण जनावर हसू शकत नाही कारण त्याच्यात मनन करण्याची शक्ती नसते. शिवाय जनावराला सत्य समजेल, अशी शक्यताही नाही. केवळ माणसातच ही शक्यता असते.

त्याचबरोबर लोकांना हाही प्रश्न पडतो, ईश्वरानं जनावरांना मुकं केलं हा शाप तर नाही ना? नाही, पण माणूस जनावरांची भाषा समजू शकत नाही म्हणून त्याला असं वाटतं, त्यांना बोलता येत नाही. माणसाला वाटतं जनावरं मुकी असतात, पण जनावरांना नाही वाटत की ती मुकी आहेत.

म्हणून माणसानं नेहमी ही समज ठेवायला हवी, कुत्री मुकी असतात की नसतात, याचा निर्णय तुम्ही घेऊ नका. एखाद्या कुत्र्याला विचारा, तुझा जोडीदार मुका आहे का? एका गल्लीतल्या कुत्र्याची माहिती, दुसऱ्या गल्लीत विचारली तरी ते सांगतील, 'कुत्री किती भुंकतात!' यातून लक्षात घ्या, कुत्री मुकी नाहीत, भुंकणं त्यांची भाषा आहे, ते त्यांच्या भाषेत बोलतात. पण तुम्हाला मात्र वाटतं, ते जर आपल्यासारखं बोलले तरच आपण समजू ते मुके नाहीत; तर हा तुमचा

भ्रम आहे. निसर्गानं प्रत्येक जनावरात वेगवेगळ्या पद्धतीनं अभिव्यक्तीचं स्वातंत्र्य दिलं आहे.

ईश्वरानं माणसाला सर्वोच्च हास्य अभिव्यक्तीनं आभूषित केलंय, जे कुठल्याही जनावरामध्ये शक्य नाही. म्हणून ही कृपा समजा. हे हास्यवरदान आपल्या जीवनात उतरवा आणि सतत हसत राहा.

प्रोफेसर : तू माझ्या वर्गातून मध्येच उठून का निघून जातोस?
विद्यार्थी : ॲक्चूअली सर, मला झोपेत चालण्याचा आजार आहे.
ईश्वर : शंकेवर शंका घ्या. इतरांना आरसा बनवून स्वतःचा शोध घ्या.

अध्याय २

हास्य स्वास्थ्य

हास्य एक वेगळ्या प्रकारचा, अनोखा व्यायाम आणि प्राणायाम आहे. आपल्या आयुष्यात हसणं फार गरजेचं आहे. हसणं हा श्रेष्ठ व्यायाम आहे कारण यामुळे केवळ चेहऱ्याचा आणि फुफ्फुसाचा व्यायाम होत नाही, तर परिस्थिती, नाती, अनेक समस्यासुद्धा सुटतात. हसणं आरोग्यासाठी श्रेष्ठ औषधही आहे. विशेष म्हणजे मोकळेपणाने हसताना सगळ्या अवयवांचा व्यायाम होतो. माणूस जर दुःखी आणि चिंतित राहात असेल तर कितीतरी व्याधी त्याच्या शरीराचा ताबा घेतात, त्याला कितीतरी रोग चिकटतात. म्हणून आपल्याला संकटांनाही हसत हसत तोंड दिलं पाहिजे. हसतमुख माणसाला भेटून प्रत्येक माणूस प्रसन्न होतो. कोमेजलेले चेहरे कुणालाही आवडत नाहीत.

माणूस चार प्रकारे हसतो. पहिलं मनातल्या मनात हसणं, दुसरं ओठातल्या ओठात मंद हसणं, ज्यात फक्त चेहऱ्यावर हसण्याचे भाव येतात, तिसरं आवाज काढून हसणं आणि चौथं अट्टहासानं, खो खो हसणं.

आजच्या या तणावपूर्ण युगात माणूस हसणं, खेळणं तर पार विसरूनच गेलाय. यासाठी आपल्याला आजच प्रण करायचा आहे, की येनकेन प्रकारे स्वतः

तर हसूच आणि परिवारालाही हसवत ठेवू. ५० ते १०० वेळा खुलून हसल्यामुळे पुरेसा व्यायाम होतो असं तज्ज्ञांचं मत आहे. आपण जर एखाद्या रोग्याचा रोग बरा करू शकत नसलो, तरी कमीत कमी त्याला हसवून स्वास्थ्य मिळवायला तरी नक्कीच मदत करू शकतो.

कुणीतरी म्हटलेलं आहे, 'हँसना जिंदादिलों का काम है, रोनी सूरतवाले क्या खाका जीया करते है!' खरंच आहे. एखाद्या रोग्याचं हसणं आणि बरं होण्यामध्ये सूक्ष्म संबंध आहे. कारण हसण्यानं रोग्याची 'जीवनशक्ती' वाढते. हसण्यामुळे सफेद रक्तपेशींची (WBC) संख्या वाढते आणि कोलेस्टरॉलचं प्रमाण कमी होतं शिवाय खुलून, सतत हसण्यामुळे माणसाच्या फुफ्फुसांचाही चांगला व्यायाम होतो.

हसणं – नैसर्गिक औषध

हसण्यानं आपण स्वतः तर आनंदित होतोच आणि इतरांनाही आनंदित करतो. प्रसन्न माणूस दुःखाला सहजपणे तोंड देतो कारण त्याची बुद्धी स्थिर असते. शिवाय हसण्यामुळे आपली पचनशक्तीही सुधारते ते वेगळंच. हास्याचा प्रभाव अधिक वेळ राहतो म्हणून हसणं श्रेष्ठ व्यायाम आहे. याचा फायदा एक कि.मी. धावण्याइतका आहे. यानं शारीरिक क्षमताही अभूतपूर्व वाढते. रक्ताभिसरण, हृदयविकार यामध्येही हसणं विशेष लाभदायक आहे. हसणं जीवनात उत्साह वाढवण्यासाठीही फायदेशीर आहे. हसणं सहज सुलभ नैसर्गिक औषध आहे. आज डॉक्टरही प्रत्येकाला हसण्याचा सल्ला देतात. आयुर्वेदात असं मानलं जातं की मोकळेपणानं हसल्यामुळे संपूर्ण नाडी तंत्रात कंपनं व्हायला लागतात. त्यामुळे फुफ्फुसातली अशुद्ध हवा बाहेर फेकली जाते, मांसपेशीही सक्रिय होतात. प्रसन्नतेनं हसणं, तणाव, दबाव, दुःख, वेदना यांच्यावरचा नैसर्गिक इलाज आहे.

हसरा माणूस कधी क्रोधित होण्याचा प्रयत्नही करू शकणार नाही. उदास, रोगट माणसालाच राग येतो. हसणारा माणूस राग येणाऱ्या घटना कधी गंभीरपणे

घेत नाही. त्याला प्रत्येक घटना सहज, हलकी-फुलकी वाटते. हसण्याची सवय आपल्याला निर्मळ करते. भूतकाळाचा कचरा झाडून नवा दृष्टिकोन प्रदान करते. हास्य माणसाला जिवंतपणाची जाणीव देऊन ऊर्जावान आणि सर्जनशील बनवते.

हास्य आपल्याला अनेक आजारांपासून वाचवतं असं आजचं वैद्यकीय विज्ञान सांगतं. आजारामध्ये जर कोणी हसू शकलं तर त्याचा आजार लगेच बरा होतो. तसंही राग, भीती, तिरस्कार हे मानसिक आजार आहेत आणि हसणं हा त्यावरचा रामबाण इलाज आहे.

आज चिकित्सक हास्ययोगाच्या माध्यमातून कैक मानसिक रोगांवर इलाज करत आहेत. दिवसाची सुरुवात हसण्यानं झाली तर तुम्ही स्वतःच तणावरहित जीवनाचा सुखद अनुभव घ्याल. सकाळी उठल्यावर हसणं माणसाला दिवसभर गंभीर होण्यापासून वाचवतं आणि दिवसाची सुरुवातही अगदी सरळपणे होते. जसं दिवसभरात तीन वेळा आपण जेवतो, तसं तीन वेळा जर अकारण मोकळेपणानं हसू शकलो, तर आनंदाचे तरंग प्रत्येक क्षणी आपल्यामध्ये राहतील. काही कारणानं तुम्हाला रागही आला, तरी वाटेल, क्रोध तुमच्यापासून मैलोन् मैल लांब पळत आहे. सकाळी सकाळी तुम्ही हसलात तर दिवसभर प्रसन्न राहाल, हसत राहाल. दिवसभर तुमच्यासोबत हास्याची एक शृंखलाच सुरू राहील.

फक्त ओठांनी, बुद्धीने आणि पोटातून हसू नका, तर हृदयाचं हास्य, हंस बनून प्राप्त करा. एक हसणारा माणूस जेवढं कार्य करू शकतो, तेवढं कार्य शंभर रडणारी माणसंही करू शकत नाहीत हे वास्तव आहे.

वडील : उन्हात काय करतोयस रे?
मुलगा : घाम वाळवतोय बाबा!
ईश्वर : फायद्याच्या आमिषाने अज्ञानात नुकसानच होतं.

ईश्वराचं मार्गदर्शन

१. शब्दांचा अर्थ लक्षात घ्या, शब्दात अडकू नका. — २०
२. योग्य ऐकून मगच उत्तर द्या. — २३
३. सत्यप्राप्तीसाठी शॉर्टकट वापरू नका. — ३०
४. डॉक्टरांनी आधी स्वतःवर उपाय करावा.
    स्वतःचा इलाज करता करता इतरांवरही इलाज करावा. — ३५
५. छत्री हटवा, बेहोषी घालवा. — ४०
६. बेसावधपणा सोपा आहे,
    सजग राहणं कठीण आहे, पण गरजेचं आहे. — ४८
७. घुबड नाही, हंस पाहा. — ५५
८. चुकीच्या प्रवृत्तींचे गुलाम बनू नका. — ६२
९. केवळ हसू नका तर आपल्या चुकाही सुधारा. — ६९
१०. 'मागे वळ, तुझं ध्यान कुठे आहे? पत्र, पत्रकार की पोस्टमनकडे? — ७६
११. पूर्णपणे ऐकून घ्या. अनुमान लावू नका. मन अंतर्यामी न्या. — ८८
१२. नेता, वकील, डॉक्टर व शिक्षकांचे प्रामाणिकपणाशी
    नातं दुरावत आहे का, असं असेल तर पुन्हा जोडा. — ९३
१३. जे काही कराल ते हसूनच करा. — १०१
१४. ईश्वराबाबत कुठलीही कपोलकल्पित मान्यकथा बनवू नका. — १०८
१५. सत्य ऐकूनही लोक जाहिरातींमध्ये गुंततात. — १११

१६.	इतरांना चिडवणं हे खरं हास्य नाही.	११६
१७.	मूर्खांचा तर्क मूर्खता वाढवतो, मूर्खांच्या संगतीत राहिल्याने आपल्या जीवावर बेततं.	१२०
१८.	बुद्धीचा गैरवापर करू नका, बुद्धी भ्रष्ट करणारे पदार्थ सेवन करू नका.	१२६
१९.	आपलं खरं हास्य शोधा.	१२८
२०.	हसण्यासाठी काही कारणांची नाही तर तुमची गरज आहे.	१३०
२१.	सर्वप्रथम सत्य जाणा.	१३३
२२.	दुःखाला आमंत्रण देण्यापूर्वी सजग व्हा.	१३९
२३.	शंकेवर शंका घ्या. इतरांना आरसा बनवून स्वतःचा शोध घ्या.	१४५
२४.	फायद्याच्या आमिषाने अज्ञानात नुकसानच होतं.	१४८

हे पुस्तक वाचल्यानंतर आपला अभिप्राय कृपया या पत्त्यावर अवश्य पाठवा.
Tej Gyan Global Foundation,
Pimpri Colony Post Office,
P. O. Box 25, Pune - 411 017. Maharashtra (India).

'सरश्रीं'द्वारे रचित इतर पुस्तकं

सरश्री

शोध स्वत:चा

In Search of Peace

पृष्ठ संख्या : २५६ । मूल्य : ₹ १८०

Also available in Hindi, English, Gujarati, Malayalam, Kannada, Punjabi, Tamil, Oriya & Telugu

'शोध स्वत:चा' हे पुस्तक न रहस्यमय कादंबरी आहे न कुठली भयंकर कथा. षड्यंत्राने आणि हत्येनं भरलेली उत्तेजनात्मक कथा तर अजिबात नाही. मग नेमका यात कोणता विषय मांडलेला आहे? कुठला महत्त्वपूर्ण आशय वाचकांसमोर सादर केला आहे? हा बारावा कोण आहे? या विषयीचं कमालीचं औत्सुक्य वाढवणारी अकल्पित अशी ही कथा आहे.

न्याय, स्वास्थ्य, आनंद आणि नातेसंबंधात एक अनोखी समज देणारा हा आश्चर्यकारक शोध... अंतर्यामी सतत उपलब्ध असणारा एक अभूतपूर्व अनुभव... चैतन्याकडे नेणारा प्रवास... एक आध्यात्मिक सुखद वाटचाल... एक अलौकिक आत्मशोध... 'शोध स्वत:चा' या कथानकात गुंफलेला आहे.

आजवर आपण 'स्व-चौकशी'विषयी अनेक पुस्तकं वाचली असतील. परंतु या पुस्तकात मात्र एका वेगळ्या पद्धतीने स्वत:चं आत्मपरिक्षण, स्वदर्शन होतं. इतरांप्रति असणाऱ्या आपल्या तक्रारीचं मूळ कुठे आपल्यातच तर दडलेलं नाही ना या महत्त्वपूर्ण गोष्टींवर प्रकाश टाकून छोट्या छोट्या कथानकाच्या माध्यमातून हसत खेळत वाचकांसमोर सत्य प्रस्तुत केलंय. ज्या घटनांमुळे माणूस दररोज दु:खी होतो, चिंतातुर राहतो अशा गोष्टींमधूनही त्याने त्वरित मुक्त व्हावं, त्यामुळे जीवनाचे नवे सूर तर गवसतातच शिवाय जीवनाला एक नवी दिशा मिळते.

दुःखात खुश राहण्याची कला
संवाद गीता

पृष्ठसंख्या : २६४ | मूल्य : ₹ २५०

Also available in Hindi

हे पुस्तक कहाणीच्या रूपात प्रस्तुत केलं आहे. यामध्ये एका दुःखग्रस्त माणसाची कहाणी सांगितली असून तो दुःखापासून मुक्त कसा होतो हे विशद केलं आहे. ही कहाणी प्रत्येकाबरोबर घडणारी आहे. सामान्य माणसाच्या जीवनात असणारं दुःख व त्यापासून मुक्तीचं रहस्य या कहाणीद्वारे आपणासमोर ठेवण्यात आलं आहे. वास्तविक खुशी, आनंद हाच माणसाचा मूळ स्वभाव आहे. परंतु माणूस या रहस्यापासून अनभिज्ञ असल्यामुळे तो आनंदाच्या शोधात इतरत्र भटकत असतो. आनंदाने आनंदाचा शोध कसा घ्यावा ही कला आपणास हे पुस्तक शिकवेल.

आपल्या जीवनाचा अर्थ न कळल्यामुळे माणसाचं संपूर्ण आयुष्यच संभ्रमात निघून जातं. कधी तो दोरीलाच साप समजून झोडपत राहतो तर कधी फासाला झोका समजून लटकू पाहतो. या सगळ्या गोंधळात अर्थ कळण्याची शक्यता दुरावत जाते. आयुष्यातला आनंद हरवून जातो. हा हरवलेला आनंद पुन्हा प्राप्त करायचा असेल तर आधी दुःख म्हणजे काय हे समजून घ्यायला हवं. दुःखाकडे पाहण्याचा योग्य दृष्टिकोन प्राप्त झाला तरच हे घडू शकतं. त्यानंतरच आपण नेहमी आनंदी राहण्याचा दृढ संकल्प करु शकतो आणि लक्षात येतं की ज्याला आपण दुःख समजत होतो ती तर होती एक संधी!

एक अल्प परिचय
सरश्री

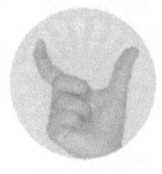

स्वीकार मंत्र मुद्रा

सरश्रींचा आध्यात्मिक शोध त्यांच्या बालपणापासूनच सुरू झाला होता. हा शोध सुरू असताना त्यांनी अनेक प्रकारच्या पुस्तकांचा अभ्यास केला. त्याचबरोबर आपल्या आध्यात्मिक शोधात मग्न राहून त्यांनी अनेक ध्यानपद्धतींचा अभ्यास केला. त्यांच्या या शोधाने त्यांना अनेक वैचारिक आणि शैक्षणिक संस्थांमध्ये जाण्यासाठी प्रेरित केले.

सत्यप्राप्तीच्या शोधासाठी जास्तीत-जास्त वेळ देता यावा, या तीव्र इच्छेने त्यांना, ते करत असलेले अध्यापनाचे कार्य त्याग करण्यास प्रवृत्त केले. जीवनाचे रहस्य समजण्यासाठी त्यांनी बराच काळ मनन करून आपले शोधकार्य सतत सुरू ठेवले. या शोधाच्या शेवटी त्यांना 'आत्मबोध' प्राप्त झाला. आत्मसाक्षात्कारानंतर त्यांना जाणवले, की सत्यापर्यंत पोहोचण्याच्या प्रत्येक मार्गांत एकच सुटलेली कडी (मिसिंग लिंक) आहे आणि ती म्हणजे 'समज' (Understanding).

सरश्री म्हणतात, 'सत्यप्राप्तीच्या सर्व मार्गांचा आरंभ वेगवेगळ्या प्रकारे होतो, परंतु सर्वांचा शेवट मात्र 'समजे'ने होतो. ही 'समज'च सर्व काही असून, ती स्वतःच परिपूर्ण आहे. आध्यात्मिक ज्ञान प्राप्तीकरिता या 'समजे'चे श्रवणसुद्धा पुरेसे आहे' हीच 'समज' प्रदान करण्यासाठी सरश्रींनी 'तेजज्ञानाची' निर्मिती केली. तेजज्ञान ही आत्मविकासातून आत्मसाक्षात्कार प्राप्त करण्याची संपूर्ण ज्ञानप्रणाली आहे.

सरश्रींनी अडीच हजारांहून अधिक प्रवचन दिले आहेत आणि शंभरपेक्षा जास्त पुस्तकांची रचना केली आहे. ही पुस्तके दहापेक्षा अधिक भाषांमध्ये रूपांतरित केली गेली असून, पेंगुइन बुक्स, हे हाऊस पब्लिशर्स, जैको बुक्स, हिंद पॉकेट बुक्स, मंजुल पब्लिशिंग हाऊस, प्रभात प्रकाशन, राजपाल अ‍ॅण्ड सन्स इत्यादी प्रमुख प्रकाशन संस्थांद्वारा प्रकाशित केली गेली आहेत. सरश्रींच्या शिकवणीने लाखो लोकांच्या जीवनात परिवर्तन घडलं आहे. तसेच संपूर्ण विश्वाची चेतना वाढविण्यासाठी कित्येक सामाजिक कार्यांची सुरुवातही केली आहे.

तेजज्ञान फाउंडेशन परिचय

तेजज्ञान फाउंडेशन आत्मविकासातून आत्मसाक्षात्कार प्राप्त करण्याचा एक मार्ग आहे. यासाठी सरश्रींद्वारा एक अनोखी बोधप्रणाली (System for Wisdom) निर्माण झाली आहे. या प्रणालीला आंतरराष्ट्रीय प्रमाणपत्राद्वारे ISO 9001:2008 च्या आवश्यकतेनुसार आणि निकष पडताळून सरळ, व्यावहारिक आणि प्रभावी बनवलं गेलं आहे.

या संस्थेच्या प्रबोधनपद्धतीच्या भिन्न पैलूंना (शिक्षण, निरीक्षण आणि गुणवत्ता) स्वतंत्र गुणवत्ता परीक्षकांद्वारे (Quality Auditors) क्रमबद्ध पद्धतीने पडताळलं गेलं. त्यानंतर या पैलूंना ISO 9001:2008 साठी पात्र समजून या बोधपद्धतीला हे प्रमाणपत्र प्रदान करण्यात आलं.

या फाउंडेशनचे लक्ष्य आहे नकारात्मक विचारांकडून सकारात्मक विचारांकडे वाटचाल. सकारात्मक विचारांकडून शुभ विचारांकडे म्हणजे हॅपी थॉट्सकडे प्रगती. शुभ विचारांकडून निर्विचार अवस्थेकडे मार्गक्रमण आणि निर्विचार अवस्थेच्या अंती आत्मसाक्षात्कार प्राप्ती. 'मी सर्व विचारांपासून मुक्त व्हावे' हा विचार म्हणजे शुभ विचार (हॅपी थॉट्स). 'मी प्रत्येक इच्छेपासून मुक्त व्हावे', अशी इच्छा म्हणजे शुभ इच्छा.

तेजज्ञान म्हणजे ज्ञान व अज्ञान या दोहोंच्या पलीकडचे ज्ञान. पुष्कळ लोक सामान्य ज्ञानाच्या (General Knowledge) माहितीलाच ज्ञान मानतात. परंतु अस्सल ज्ञान आणि नुसती माहिती यांत फार मोठे अंतर आहे. आजमितीला लोक सामान्य ज्ञानाच्या उत्तरांनाच जास्त महत्त्व देतात. अशा ज्ञानाचे विषय म्हणजे कर्म आणि भाग्य, योग आणि प्राणायाम, स्वर्ग आणि नरक इत्यादी. आजच्या युगात सामान्यज्ञान प्राप्त करणारे लोक, शिक्षक मोठ्या प्रमाणावर आहेत; परंतु हे ज्ञान ऐकून जीवनात परिवर्तन घडून येत नाही. असे ज्ञान म्हणजे केवळ बुद्धिविलास आहे किंवा अध्यात्माच्या नावावर चाललेला बुद्धीचा व्यायाम आहे.

सर्व समस्यांवरील उपाय आहे तेजज्ञान. क्रोध, चिंता आणि भय यांपासून मुक्त जीवन म्हणजे तेजज्ञान. शारीरिक, मानसिक, सामाजिक, आर्थिक आणि आध्यात्मिक प्रगतीचा, सर्वांगीण प्रगतीचा मार्ग आहे तेजज्ञान. तेजज्ञान आपल्या अंतरंगात आहे. येथे या आणि या गोष्टीचा अनुभव घ्या.

आपल्याला असे ज्ञान हवे आहे, की जे सामान्य ज्ञानापलीकडे आहे, जे प्रत्येक समस्येवरील

उत्तर आहे, जे प्रत्येक समजुतीपासून, गृहीत धारणांपासून आपल्याला मुक्त करते, ईश्वरी साक्षात्कार घडविते, अंतिम सत्यात स्थापित करते. आता वेळ आली आहे शाब्दिक, सामान्यज्ञानातून बाहेर येऊन तेजज्ञानाचा अनुभव घेण्याची!

आजवर जप-तप, तंत्र-मंत्र, कर्म-भाग्य, ध्यान-ज्ञान, योग-भक्ती असे अनेक मार्ग अध्यात्मात सांगितले आहेत. या सर्व मार्गांनी प्राप्त होणारी अंतिम समज, अंतिम ज्ञान, बोध एकच आहे. अंतिम सत्याच्या शोधकाला, साधकाला शेवटी जी एकच 'समज' प्राप्त होते, ती 'समज' श्रवणानेसुद्धा प्राप्त होऊ शकते. अशा समजप्राप्तीसाठी श्रवण करणे यालाच तेजज्ञान प्राप्त करणे म्हटले गेले आहे. तेजज्ञानाच्या श्रवणाने सत्याचा साक्षात्कार घडतो, ईश्वरीय अनुभव मिळतो. हेच तेजज्ञान सरश्री महाआसमानी शिबिरात प्रदान करतात.

महाआसमानी शिबिर (निवासी)

तुम्हाला सर्वोच्च आनंद हवाय? असा आनंद, जो कोणत्याही बाह्य कारणावर अवलंबून नाही... जो प्रत्येक क्षणी वृद्धिंगत होतो. या जीवनात तुम्हाला प्रेम, विश्वास, शांती, समृद्धी आणि परमसंतुष्टी हवी आहे का? शारीरिक, मानसिक, सामाजिक, आर्थिक आणि आध्यात्मिक अशा आयुष्याच्या सर्व स्तरांवर यशस्वी होण्याची तुमची इच्छा आहे का? 'मी कोण आहे' हे तुम्हाला अनुभवाने जाणावंसं वाटतं का?

तुमच्या अंतर्यामी अशा सर्व प्रश्नांची उत्तरं जाणण्याची इच्छा आणि 'अंतिम सत्य' प्राप्त करण्याची तृष्णा असेल, तर तेजज्ञान फाउंडेशनतर्फे आयोजित 'महाआसमानी शिबिरा'त तुमचं स्वागत आहे. हे शिबिर सरश्रींच्या मार्गदर्शनावर आधारित आहे. सरश्री, आजच्या युगातील आध्यात्मिक गुरू असून, ते आजच्या लोकभाषेत अत्यंत सहजपणे आध्यात्मिक समज प्रदान करतात.

महाआसमानी शिबिराचा उद्देश :

विश्वातील प्रत्येक मनुष्यानं 'मी कोण आहे', या प्रश्नाचं उत्तर जाणून तो सर्वोच्च आनंदाच्या अवस्थेत स्थापित व्हावा, हाच या शिबिराचा मुख्य उद्देश आहे. प्रत्येकाला असं ज्ञान प्राप्त व्हावं, जेणेकरून त्यानं प्रत्येक क्षणी वर्तमानात जगण्याची कला आत्मसात करावी.

तो भूतकाळाचं ओझं आणि भविष्याची चिंता यांतून मुक्त व्हावा. प्रत्येकाच्या आयुष्यात कधीही न संपणारा आनंद आणि योग्य समज यावी. शिवाय, प्रत्येकानं समस्या विलीन करण्याची कला आत्मसात करावी. थोडक्यात, मनुष्यजन्माचा उद्देश सफल व्हावा, हाच या शिबिराचा उद्देश आहे.

'मी कोण आहे? मी येथे का आहे? मोक्ष म्हणजे काय? या जन्मातच मोक्षप्राप्ती शक्य आहे का?' असे प्रश्न जर तुमच्या मनात असतील, तर त्यांवरील उत्तर आहे- 'महाआसमानी शिबिर'.

महाआसमानी शिबिराचे मुख्य लाभ :

वास्तविक या शिबिराचे लाभ तर असंख्य आहेत; पण त्यांपैकी मुख्य लाभ पुढीलप्रमाणे-

* जीवनात शक्तिशाली ध्येय निश्चित होतं
* 'मी कोण आहे' हे अनुभवाने जाणता येतं (सेल्फ रियलायजेशन)
* मनाचे सर्व विकार विलीन होतात.
* भय, चिंता, क्रोध, बोरडम, मोह, तणाव या नकारात्मक बाबींतून मुक्ती
* प्रेम, आनंद, मौन, समृद्धी, संतुष्टी, विश्वास अशा दिव्य गुणांशी युक्ती
* साधं, सरळ पण शक्तिशाली जीवन जगता येतं
* प्रत्येक समस्येचं निराकरण करण्याची कला प्राप्त होते
* 'प्रत्येक क्षणी वर्तमानात जगणं' हा तुमचा स्वभाव बनतो
* आपल्यातील सर्व सकारात्मक शक्यता खुलतात
* याच जीवनात मोक्षप्राप्ती होते

महाआसमानी शिबिरात सहभागी कसं व्हाल?

या शिबिरात सहभागी होण्यासाठी तुम्हाला खालील बाबींची पूर्तता करायची आहे-

१) तुमचं वय कमीत कमी अठरा किंवा त्यापेक्षा अधिक असायला हवं.

२) सर्वप्रथम तुम्हाला 'सत्य-स्थापना' (फाउंडेशन ट्रुथ रिट्रीट) शिबिरात सहभागी व्हावं लागेल. या शिबिरात, तुम्ही प्रामुख्यानं दोन बाबी शिकाल- प्रत्येक क्षणी वर्तमानात जगण्याची कला कशी आत्मसात करावी आणि निर्विचार अवस्था कशी प्राप्त करावी.

३) प्राथमिक स्तरावर तुम्हाला काही प्रवचनं ऐकायची असून, त्यांतून तुम्ही मूलभूत समज

आत्मसात कराल आणि महाआसमानी शिबिरात प्रवेश करण्यासाठी तयार व्हाल.

महाआसमानी शिबिर वर्षभरात तीन-चार वेळा आयोजित केलं जातं. यात हजारो सत्यशोधक सहभागी होतात. महाआसमानी शिबिराची पूर्वतयारी तुम्ही तेजज्ञान फाउंडेशनच्या नजीकच्या सेंटरवरही करू शकता. महाराष्ट्रात अहमदनगर, सातारा, औरंगाबाद, नाशिक, नागपूर, वर्धा, अमरावती, चंद्रपूर, यवतमाळ, कोल्हापूर, सांगली, रत्नागिरी, लातूर, बीड, नांदेड, परभणी, पनवेल, मुंबई, ठाणे, सोलापूर, पंढरपूर, जळगाव, अकोला, बुलढाणा, धुळे, भुसावळ आणि महाराष्ट्राबाहेर सुरत, अहमदाबाद, बडोदा, नवी दिल्ली, बेंगलुरू, बेळगाव, धारवाड, रायपूर, भुवनेश्वर, कोलकाता, रांची, लखनौ, कानपूर, चंदीगढ, जयपूर, चेन्नई, पणजी, म्हापसा, भोपाळ, इंदोर, इटारसी, हर्दा, विदिशा, बुऱ्हाणपूर या ठिकाणी महाआसमानी शिबिराची पूर्वतयारी करू शकता.

तेजज्ञान फाउंडेशनमध्ये उपलब्ध असणाऱ्या सरश्रीलिखित पुस्तकांचं वाचन करून किंवा सरश्रींच्या प्रवचनांच्या सीडीज ऐकूनही तुम्ही या शिबिराची पूर्वतयारी करू शकता. याशिवाय, तुम्ही टीव्ही, रेडिओ किंवा यू ट्युबवरील सरश्रींच्या प्रवचनांचा लाभही घेऊ शकता. पण लक्षात घ्या, पुस्तकांतील ज्ञान, सीडी, टीव्ही, रेडिओ आणि यू ट्युबवरील प्रवचनं म्हणजे 'तेजज्ञानाची तोंडओळख' आहे; 'संपूर्ण तेजज्ञान' मुळीच नाही. तुम्ही महाआसमानी शिबिरात सहभागी होऊनच तेजज्ञानाचा आनंद घेऊ शकता. तेव्हा आगामी महाआसमानी शिबिरात सहभागी होण्यासाठी आजच संपर्क करा- ०९९२१००८०६०/७५, ९०११०१३२०८

महाआसमानी शिबिरस्थान :

हे शिबिर पुण्यातील मनन आश्रम येथे आयोजित केलं जातं. येथे तुमच्या निवासाची आणि भोजनाची व्यवस्था केली जाते. तुम्हाला काही शारीरिक व्याधी असतील आणि त्यासाठी जर तुम्ही नियमितपणे औषधं घेत असाल, तर शिबिरात येताना ती सोबत बाळगावीत. शिवाय, वातावरणानुसार गरम कपडे, स्वेटर, ब्लँकेटही आणावं.

पुणे शहरापासून १७ किलोमीटर अंतरावर अत्यंत निसर्गरम्य परिसरात मनन आश्रम वसलेला आहे. आश्रमात महिला आणि पुरुष यांच्या निवासाची स्वतंत्र व्यवस्था असून येथे जवळपास ८०० लोकांच्या राहण्याची व्यवस्था आहे. आपण हवाईमार्ग, हायवे किंवा रेल्वे अशा कोणत्याही मार्गाने पुण्यात येऊ शकता.

मनन आश्रम : मनन आश्रम, पुणे, सर्व्हे नं. ४३, सणस नगर, नांदोशी गाव, किरकटवाडी फाटा, तालुका- हवेली, जिल्हा- पुणे- ४११०२४. फोन- ०९९२१००८०६०

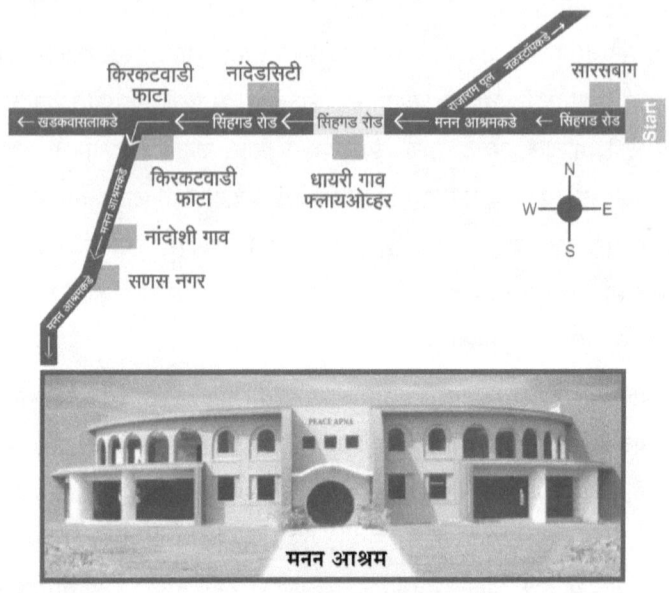

आता एका क्लिकवर शिबिराची नोंदणी!

आता तुम्ही पुढील शिबिरांसाठी **ऑनलाइन** नोंदणी करू शकता.

महाआसमानी शिबिर (५ दिवसीय निवासी शिबिर)

मॅजिक ऑफ अवेकनिंग (केवळ इंग्रजी भाषिकांसाठी ३ दिवसीय महाआसमानी शिबिर)

आध्यात्मिक नींव स्थापना (किशोरवयीन मुलांसाठी मिनी महाआसमानी निवासी शिबिर)

www.tejgyan.org

कसं प्राप्त कराल ईश्वराचं मार्गदर्शन ॥ १५८ ॥

बेस्टसेलर पुस्तक 'विचार नियम' शृंखलेचे रचनाकार सरश्रींच्या सत्य संदेशाचा लाभ घ्या

संस्कार चॅनलवर

सोमवार ते शनिवार संध्या. ६:३० ते ६:५० आणि रविवारी संध्या. ८:१० ते ८:३० वाजता

• रेडिओ •

विविध भारती F.M. वर मंगळवारी आणि शुक्रवारी सकाळी ९:१५ वा. 'तेजविकास मंत्र'.

नोट : या कार्यक्रमांच्या वेळेत बदल झाल्यास नोंद ठेवावी.

www.youtube.com/tejgyan च्या साहाय्यानेदेखील सरश्रींच्या प्रवचनांचा लाभ घेऊ शकता.

तेजज्ञान फाउंडेशनच्या मुख्य शाखा

- **पुणे :** (रजिस्टर्ड ऑफिस)
  विक्रांत कॉम्प्लेक्स, तपोवन मंदिराजवळ,
  पिंपरी, पुणे : 411 017.
  फोन : (020) 27412576, 27411240

- **मनन आश्रम :**
  सर्व्हे नं. ४३, सणस नगर, नांदोशी गांव,
  किरकटवाडी फाटा, तालुका : हवेली,
  जि. पुणे : 411 024. फोन : 09921008060

तेजज्ञान इंटरनेट रेडिओ

तेजज्ञान इंटरनेट रेडिओद्वारे २४ तास ३६५ दिवस, सरश्रींच्या प्रवचन आणि भजनांचा लाभ घ्या. त्यासाठी पाहा लिंक- http://www.tejgyan.org internetradio.aspx

e-books

The Source • Complete Meditation • Ultimate Purpose of Success • Enlightenment • Inner Magic • Celebrating Relationships • Essence of Devotion • Master of Siddhartha • Self Encounter and many more e-books available. Also e-books available in Hindi on gethappythoughts.org

Free apps

U R Meditation & Tejgyan Internet Radio on all platforms like Android, iPhone, iPad and Amazon

e-magazine

'Yogya Aarogya' & 'Drushtilakshya' emagazines available on www.magzter.com

e-mail

mail@tejgyan.com

website

www.tejgyan.org, www.gethappythoughts.org

✽ नम्र निवेदन ✽

विश्वशांतीसाठी लाखो लोक दररोज सकाळी आणि रात्री ९:०९ मिनिटांनी प्रार्थना करत आहेत. कृपया, आपणही यामध्ये सहभागी व्हा.

www.ingramcontent.com/pod-product-compliance
Lightning Source LLC
LaVergne TN
LVHW040150080526
838202LV00042B/3094